# TAMIL COMPUTING JOURNAL

தமிழ் இணைய ஆசான்

September 2023

***Tamil Unlimited LLC***
*10, Maybelle Court Mechanicsburg PA 17050*
*USA*
*tamilunltd@gmail.com*

Title:            Tamil Computing Journal
ISBN:             979-8-9881619-1-2
Print ISSN        2767-0597
Online ISSN       2767-0600
Subject:          Research Articles on Tamil Educational Technology
Language:         Tamil English
Authors:          Paper presenters
Edition:          First
Fonts:            TAU Marutham
Font size:        11,12 &14
Publisher:        Tamil Unlimited LLC
                  10 Maybelle court
                  Mechanicsburg PA 17050

# கல்வியாளர்களின் இன்றைய தொழில்நுட்பத் தேவை


Print ISBN: 979-8-9881619-1-2

Print: ISSN 2767-0597

Online ISSN 2767-0600



தமிழ் அநிதம், அமெரிக்கா,

தமிழ்ப் பல்கலைக்கழகம், தஞ்சாவூர்,

தி ஸ்டாண்டர்டு ஃபயர் ஒர்க்ஸ் இராஜரத்தினம் மகளிர் கல்லூரி, (தன்னாட்சி) சிவகாசி,

ஓயிஸ்கா நிறுவனம், தமிழ்நாடு,

உலகத்தமிழ் மென்பொருள் குடும்பம், அமெரிக்கா, மொழியியல் துறை,

பார்வதீஸ் கலைஅறிவியல் கல்லூரி, திண்டுக்கல்,

ஜி.டி. என் கலைக்கல்லூரி, (தன்னாட்சி) திண்டுக்கல்,

சைவபானு சத்திரிய கல்லூரி, அருப்புக்கோட்டை

ஸ்ரீஎஸ். இராமசாமி நாயுடு ஞாபகார்த்தக் கல்லூரி(தன்னாட்சி), சாத்தூா்,

பாரதித் தமிழ்ச்சங்கம், பகரைன், நாகூர் தமிழ்ச் சங்கம், நாகூர்,

முத்துக்கமலம் (மின்னிதழ்),

வல்லமை (மின்னிதழ்),

தமிழ் அநிதம் அறக்கட்டளை, இந்தியா

Table Of Contents:

# Effectiveness of Mathematics Tricks for Primary School Students

**Dr.Ravivarman, Ph.D.,**
Associate professor, Research guide,

**A.vijay**
Research scholar
Tamil University,
Tanjore.

## Abstract

Mathematics can be used to introduce and explain events and occurrences that have a firmly rooted foundation of logic. An exploratory study was conducted to investigate the use of trick activities in a math course for prospective primary school students. It was created to explain a simple mathematical trick that has existed and allows them to improve upon it by modifying it with simple logic. The method used in this research was an experimental research design with a non−equivalent control group design. Data collection was done by test technique of students' cognitive learning outcomes. Data analysis techniques in this study used instrument tests in the form of validity and reliability tests and hypothesis tests in the form of independent sample t−tests. The results show that the mathematics trick learning method influenced students' cognitive learning outcomes in mathematics, especially in adding fractions with different denominators. This Mathematics trick learning method effectively improves understanding of the basic addition of fractions with unlike denominators.

**Key Words**: Mathematics Tricks, Math fun, Primary School Students.

## Introduction

Until now there are still many students who consider about mathematics as a school subject that is considered scary and boring. Because it contains many difficult and meticulous formulas. Though mathematics is an especially important subject to be learned along with the progress of Science and Technology. Through Mathematics with all its applications, it creates many kinds of increasingly complicated contemporary technologies. Mathematics can be said to be the mother of all sciences. Therefore, mathematics is particularly important to be taught to students and must be able to be well received and enjoyable. Therefore, it is necessary to look for a development of mathematical learning concepts that are in accordance with the characteristics of students namely fun mathematics learning strategies that can make students happy when studying at school. In this paper discusses focused for fun learning strategies based on mathematical trick.

## Need and significance of the study.

We all know that most of the students find difficulty in scoring high grade in mathematics. They find mathematics uninteresting, tough, and disengaging. But if you learn the tricks and importance of mathematics, practicing it will become easy. Mathematics is an exciting and essential subject that enables innovative advancement in various fields such as engineering, business, science, and technology. There are various tricks and techniques of mathematics that can help you study distinct types of sums and practice them properly. It can help them reduce the number of steps that they need to take to tackle a problem and arrive at the right solution. They can also offer kids a range of ways to approach and solve the same problem. Getting a grasp of mathematics tricks can make mathematics more interesting and less daunting for kids.

### Review of related literature

According to previous research by **Putri et al. (2019)**, mathematics has the goal of helping to train students' mindsets so that they can solve problems, both problems in the field of mathematics and difficulties in everyday life. However, many people perceive mathematics as a lesson that takes work to accept.

**Mundia (2012)** stated that one of the sources of problems in learning mathematics that originates from students is that some students are influenced by stereotyped beliefs held by many people that mathematics is a complex subject. Students should be positive when accepting mathematics learning.

### Statement of the problem

The investigator attempts the study "Effectiveness of Certain Mathematical Tricks for primary school students".

### Operational definition

### Mathematics:

**Mathematics** is the science and study of quality, structure, space, and change.

### Mathematics trick:

Math's tricks are the ways to solve complex mathematical problems easily and quickly. Mathematics is not only limited to learning from textbooks, but there are also different learning styles that make mathematics easier. Simple Mathematics trick help us with fast calculations and improve our mathematical skills.

### Primary students:

Pupils aged 6 to 14 complete the following 2 stages: primary stage, grade I-V; upper primary stage, grade VI-VIII. Here primary students considered to be V standard students.

### Objectives

- To find out the level of gain scores and retention scores of control group students.
- To find out whether there is any significant difference between pre–test and post–test scores of control group students.
- To find out whether there is any significant association between the gain scores of the control group students with respect to their gender.
- To find out the level of gain scores and retention scores of experimental group students.
- To find out whether there is any significant difference between pre–test and post–test scores of experimental group students.

- To find out whether there is any significant association between the gain scores of the experimental group  students  with respect to their gender.

**Hypotheses**

1.1 There is no significant difference between Control group and Experimental group of $5^{th}$ standard students in their pre-test mean scores.

1.2 There is no significant difference between Control group and Experimental group of $5^{th}$ standard students in their post-test mean scores.

1.3 There is no significant difference between pre-test and post-test mean scores of $5^{th}$ standard students in control group.

1.4 There is no significant difference between pre-test and post-test mean scores of $5^{th}$ standard students in Experimental group.

1.5 There is no significant difference between boys and girls of $5^{th}$ standard students in the Control group post-test mean scores.

1.6 There is no significant difference between boys and girls of $5^{th}$ standard students in the Experimental group post-test mean scores.

**Methodology**

In the present study normative survey method is employed. The normative method is used to describe and interpret, what exist at present. It is concerned with the condition of rclationships that exit, practices that prevail, beliefs, points of view or attitudes that are held, processes that are ongoing and effects that are being felt. The present study focused on survey collected through a Profile.

**Design of the study**

*Design of the experiment*

| Sloe. | Experimental Group | Control group |
|---|---|---|
| 1. | Pre-test | |
| 2. | Mathematics Trick | Lecture method or Traditional Method |
| 3. | Post-Test | |
| 4. | Comparison of Gain scores | |

**Sample**

***Formation of two equivalent groups***

| Group | Sample Size | School List |
|---|---|---|
| Experimental | 20 | Suraj matriculation hr,sec,school, Melathangal. |
| Control | 20 | Ansaldo matriculation hr,sec,school, Maruthuvambadi |

**Tools used for the study.**

The instruments that are employed to gather new facts or to explore new fields are called tools. It is of vital importance to select suitable instruments or tools. The major tools used for the present study were,

1. Personal Data sheet.
2. Mathematics trick questionnaire tool developed by the investigator and Research guide.

3.

**Hypothesis testing**

**H.1 There is no significant difference between Control group and Experimental group of 5<sup>th</sup> standard students in their pre-test mean scores.**

| Pre-Test | Control group | | | Experimental group | | | t-value | Sig.level |
|---|---|---|---|---|---|---|---|---|
| | N | Mean | S.D | N | Mean | S.D | | |
| | 20 | 2.65 | 1.182 | 20 | 2.60 | 1.273 | .117 | NS |

*NS – Not Significant
(The tabulated value of t was 1.96 at 0.05 level and 2.58 at 0.01 level)

The calculated value of t was 0.117. It was lesser than the tabulated value. Hence the null hypothesis was accepted.

Thus, there is no significant difference between Control group and Experimental group of 5<sup>th</sup> standard students in their pre-test mean scores at 0.05 level.

**H.2 There is no significant difference between Control group and Experimental group of 5<sup>th</sup> standard students in their post-test mean scores**

| Post-Test | Control group | | | Experimental group | | | t-value | Sig.level |
|---|---|---|---|---|---|---|---|---|
| | N | Mean | S.D | N | Mean | S.D | | |
| | 20 | 4.90 | 1.071 | 20 | 7.90 | .788 | 10.677 | Significant |

(The tabulated value of t was 1.96 at 0.05 level and 2.58 at 0.01 level)

The calculated value of t was 10.677. It was greater than the tabulated value. Hence the null hypothesis was rejected.

Thus, there is significant difference between Control group and Experimental group of 5<sup>th</sup> standard students in their post-test mean scores at 0.01 level.

**H.3 There is no significant difference between pre-test and post-test mean scores of 5<sup>th</sup> standard students in control group.**

| Control Group | Pre-test | | | Post-test | | | t-value | Sig.level |
|---|---|---|---|---|---|---|---|---|
| | N | Mean | S.D | N | Mean | S.D | | |
| | 20 | 2.65 | 1.182 | 20 | 4.90 | 1.071 | 11.052 | Significant |

(The tabulated value of t was 1.96 at 0.05 level and 2.58 at 0.01 level)

The calculated value of t was 11.052. It was greater than the tabulated value. Hence the null hypothesis was rejected. Thus, there is significant difference between pre-test and post-test mean scores of 5<sup>th</sup> standard students in control group at 0.01 level.

**H.4 There is no significant difference between pre-test and post-test mean scores of 5th standard students in Experimental group.**

| Experimental Group | Pre-test | | | Post-test | | | t-value | Sig.level |
|---|---|---|---|---|---|---|---|---|
| | N | Mean | S.D | N | Mean | S.D | | |
| | 20 | 2.60 | 1.273 | 20 | 7.90 | .788 | 17.667 | Significant |

(The tabulated value of t was 1.96 at 0.05 level and 2.58 at 0.01 level)

The calculated value of t was 17.667. It was greater than the tabulated value. Hence the null hypothesis was rejected.

Thus, there is significant difference between pre-test and post-test mean scores of 5th standard students in Experimental group at 0.01 level.

**H.5 There is no significant difference between boys and girls of 5th standard students in the Control group post-test mean scores.**

| Control Group | Boys | | | Girls | | | t-value | Sig.level |
|---|---|---|---|---|---|---|---|---|
| | N | Mean | S.D | N | Mean | S.D | | |
| | 20 | 5.10 | 1.197 | 20 | 4.70 | .949 | .828 | NS |

*NS – Not Significant

(The tabulated value of t was 1.96 at 0.05 level and 2.58 at 0.01 level)

The calculated value of t was 0.828. It was lesser than the tabulated value. Hence the null hypothesis was accepted.

Thus, there is no significant difference between boys and girls of 5th standard students in the Control group post-test mean scores at 0.05 level.

**H.6 There is no significant difference between boys and girls of 5th standard students in the Experimental group post-test mean scores.**

| Experimental group | Boys | | | Girls | | | t-value | Sig.level |
|---|---|---|---|---|---|---|---|---|
| | N | Mean | S.D | N | Mean | S.D | | |
| | 20 | 7.90 | .738 | 20 | 7.90 | .876 | 0.00 | NS |

*NS – Not Significant

(The tabulated value of t was 1.96 at 0.05 level and 2.58 at 0.01 level)

The calculated value of t was 0.00. It was lesser than the tabulated value. Hence the null hypothesis was accepted.

Thus, there is no significant difference between boys and girls of 5th standard students in the Experimental group post-test mean scores at 0.05 level.

### Findings

- There is no significant difference between Control group and Experimental group of $5^{th}$ standard students in their pre–test mean scores.
- Experimental group students achieve more when compared to Control group students in post–test.
- Post–test students achieve more after the traditional treatment when compared to pre–test students in control group.
- Post–test students achieve more after the mathematics trick treatment when compared to pre–test students in Experimental group.
- There is no significant difference between boys and girls of $5^{th}$ standard students in the Control group post–test mean scores.
- There is no significant difference between boys and girls of $5^{th}$ standard students in the Experimental group post–test mean scores.

### Conclusion

This research improved students' cognitive learning outcomes in mathematics, especially the material for adding fractions with different denominators. The results of this study indicate an increase in student learning outcomes in the experimental class based on a comparison of post–test scores in the control class. This research also increased students' activeness during the learning process. Applying the Mathematics trick method in experimental learning has increased the activeness in discussions during learning and the student's enthusiasm in doing the assignments given. In addition to improving cognitive learning outcomes in mathematics, the results of this study are also expected to make it easier for students to learn based on interest.

### References


1. Andamon, J. C., & Tan, D. A. (2018). Conceptual understanding, attitude, and performance in mathematics of grade 7 students. International Journal of Scientific and Technology Research, 7(8), 96–105.
2. Batubara, I. H. (2019). Improving student's critical thinking ability through guided discovery learning methods assisted by GeoGebra. International Journal for Educational and Vocational Studies, 1(2), 116–119. https://doi.org/10.29103/ijevs.v1i2.1371
3. Juliandri, D. P. (2016). Meningkatkan hasil belajar siswa dengan metode pembelajaran langsung [Improving student learning outcomes with direct learning methods]. Mathematics Pedagogic, 1(1), 83–90. https://doi.org/10.24114/inpafi.v6i3.11115
4. Koirala, H. P., & Goodwin, P. M. (2000). Teaching algebra in the middle grades using MathMagic. National Council of Teachers of Mathematics, 5(9), 562–566. https://doi.org/10.5951/MTMS.5.9.0562
5. Marbun, N. E., Rohani, M. a., R, & Suriyani. (2019). Pengaruh MathMagic dengan model pembelajaran scramble terhadap hasil belajar siswa [The effect of MathMagic with the scramble learning model on student learning outcomes]. MES: Journal of Mathematics Education and Science, 5(1), 1–10.
6. Noto, M. S., Hartono, W., & Sundawan, M. D. (2016). Analysis of student's mathematical representation and connection on analytical geometry subject. Infinity Journal of Mathematics Education, 5(2), 99–108. https://doi.org/10.22460/infinity.v5i2.216
7. Pasangka, I. G., Pahnael, J. R., Putra, G. L., & Sugi, Y. (2020). Belajar aljabar melalui MathMagic dan geometri menggunakan animasi [Learning algebra through MathMagic and geometry by using animations]. Mattawang: Jurnal Pengabdian Masyarakat, 1(2), 84–94. https://doi.org/10.35877/454ri.mattawang228


# Teaching Interdisciplinary Learning

**I.Sheeladevi, M.C.A.,M.Phil.,**
Assistant Professor in Department of Computer Application
Saiva Bhanu Kshatriya College Aruppukottai
Phone No: 8667655573
E-Mail Id: i.sheeladevi@gmail.com

## Abstract

In the dynamic landscape of education, the call for fostering holistic understanding and adaptable skills has driven the emergence of interdisciplinary learning approaches. This abstract delves into the realm of interdisciplinary education, elucidating its pivotal role in preparing learners for the complexities of the modern world. Interdisciplinary learning transcends traditional subject boundaries, enabling students to explore connections, synthesize knowledge, and cultivate critical thinking across diverse domains. By immersing learners in collaborative experiences that mirror real-world challenges, this approach nurtures creativity, resilience, and a nuanced understanding of multifaceted issues. Through an examination of theoretical frameworks and practical implementations, this study highlights the benefits of interdisciplinary learning, including enhanced problem-solving abilities, heightened cognitive flexibility, and the cultivation of empathy through a more holistic perspective. The abstract also addresses the challenges educators face, from curriculum design to assessment methodologies, and underscores the importance of fostering a supportive environment that encourages curiosity and exploration. By embracing interdisciplinary learning, educators stand to empower a new generation of learners equipped to navigate the interconnected complexities of the 21st century.

## Introduction

Interdisciplinary learning refers to an educational approach that integrates knowledge, concepts, methods, and perspectives from multiple academic disciplines or fields of study. It encourages students to make connections between these diverse areas of knowledge, fostering a holistic understanding of complex topics and real-world issues.

### Importance of Interdisciplinary Learning in Education:

1. Holistic Understanding: Interdisciplinary learning allows students to view a subject or issue from multiple angles, providing a more comprehensive and nuanced understanding.
2. Real-World Relevance: Many real-world problems and challenges are inherently interdisciplinary. Students equipped with interdisciplinary skills are better prepared to address complex issues in their personal and professional lives.
3. Critical Thinking: It promotes critical thinking by requiring students to analyse, synthesize, and evaluate information from various sources and perspectives.
4. Creativity: By encouraging the exploration of connections between seemingly unrelated disciplines, interdisciplinary learning nurtures creativity and innovation.
5. Problem Solving: It equips students with problem-solving skills that are transferable to a wide range of situations, as they learn to adapt and apply knowledge from different fields.
6. Global Perspective: Many global issues, such as climate change, healthcare, and poverty, require interdisciplinary solutions. Interdisciplinary learning prepares students to engage with these global challenges effectively.
7. Personal Growth: It encourages personal growth by challenging students to step outside their comfort zones and explore unfamiliar subjects, fostering intellectual curiosity.
8. Cross-Cultural Competence: Interdisciplinary learning can also promote cross-cultural competence as students engage with diverse perspectives and worldviews.
9. 3 strategies in interdisciplinary teaching

10. Three strategies for interdisciplinary teaching: contextualizing, conceptualizing, and problem-centering
11. Contextualizing is the process of placing something within its appropriate context or setting to better understand its meaning, significance, or relevance.
12. Conceptualizing is the process of forming or developing a concept, idea, or mental representation of something, often in a more abstract or theoretical manner.
13. Problem–centering is an approach to teaching and learning that places the focus on real–world problems or challenges as the central context for education.
14.

## Benefits of Interdisciplinary Learning

Interdisciplinary learning offers numerous benefits to students, educators, and society. Here are some key advantages of interdisciplinary learning:

1. **Critical Thinking**: Students engaged in interdisciplinary learning develop strong critical thinking skills. They learn to analyse information, synthesize ideas, and evaluate evidence from diverse sources, enhancing their ability to make informed decisions.
2. **Problem Solving**: Interdisciplinary learning equips students with problem–solving skills that are essential in addressing complex, real–world issues. They learn to apply knowledge and methodologies from different fields to develop innovative solutions.
3. **Creativity and Innovation**: By encouraging students to explore connections between seemingly unrelated disciplines, interdisciplinary learning fosters creativity and innovation. It promotes "out–of–the–box" thinking and the ability to generate novel ideas.
4. **Trans disciplinary Skills**: Interdisciplinary education provides students with skills that are transferable across various domains. These skills include effective communication, adaptability, collaboration, and the ability to work in diverse teams.
5. **Relevance to Real-World Problems**: Many real–world challenges, such as climate change, healthcare, and global poverty, require multifaceted solutions that span multiple disciplines. Interdisciplinary learning prepares students to tackle these pressing issues effectively.
6. **Enhanced Engagement**: Interdisciplinary projects and courses often lead to increased student engagement. The practical application of knowledge from different fields can make learning more meaningful and enjoyable.
7. **Career Advantages**: In today's job market, employers value individuals who can approach complex problems from different angles. Interdisciplinary skills can give graduates a competitive edge in their careers.
8. **Global Perspective**: Many global challenges require interdisciplinary solutions. Interdisciplinary education encourages students to consider the global context of issues and fosters cross–cultural competence.
9. **Interdisciplinary Research**: Interdisciplinary learning often leads to interdisciplinary research, which can result in groundbreaking discoveries and innovations. Collaborations between researchers from different fields can lead to new insights and solutions.
10. **Personal Growth**: Engaging in interdisciplinary learning can promote personal growth by encouraging students to step outside their comfort zones, explore unfamiliar subjects, and broaden their intellectual horizons.

## Challenges and Barriers:

While interdisciplinary learning offers numerous benefits, it also comes with several challenges and barriers that educators, institutions, and students may encounter. Recognizing and addressing these challenges is crucial for successful implementation. Here are some familiar challenges and barriers associated with interdisciplinary learning:

1. **Faculty Resistance**:

Very few educators may be resistant to interdisciplinary approaches due to concerns about the integration of different disciplines, potential workload increases, or a lack of familiarity with interdisciplinary methods.

2. **Curriculum Design**:

Designing effective interdisciplinary curricula can be complex and time−consuming. Finding the right balance between different disciplines and ensuring alignment with learning objectives can be challenging.

3. **Assessment and Evaluation**:

Assessing interdisciplinary work can be difficult because traditional assessment methods may not adequately measure interdisciplinary skills and knowledge. Developing appropriate assessment tools is a barrier to effective evaluation.

4. **Resource Constraints**:

Developing and offering interdisciplinary programs or courses may require additional resources, including faculty time for collaboration, funding for interdisciplinary research, and access to specialized facilities or equipment.

5.  **Institutional Support**:

A lack of institutional support and recognition for interdisciplinary efforts can hinder the implementation of interdisciplinary learning initiatives.

6.  **Lack of Models and Best Practices**:

In some cases, educators may struggle to find established models and best practices for interdisciplinary teaching and learning.

7.  **Student Resistance**:

Students may resist interdisciplinary approaches if they are accustomed to traditional disciplinary learning or if they perceive interdisciplinary courses as challenging or unfamiliar.

8.  **Integration of Different Disciplines**:

Integrating concepts, methodologies, and terminologies from different disciplines can be challenging, and students may struggle to connect ideas from various fields.

9.  **Coordination and Collaboration**:

Effective collaboration among faculty members from different disciplines is essential for interdisciplinary learning. However, coordinating schedules and aligning teaching methods can be logistically challenging.

10. **Interdisciplinary Communication**:

Encouraging effective communication between students and faculty from various disciplines can be a barrier to successful interdisciplinary projects.

**Conclusion**:

To summarize the key findings and insights from a paper on teaching interdisciplinary learning:

The paper emphasizes the significance of interdisciplinary learning in education, highlighting its capacity to provide students with a holistic understanding of complex subjects. It promotes critical thinking, critical thinking skills, and creativity. Additionally, interdisciplinary learning equips students with skills that are transferable across various domains, preparing them for the challenges of a rapidly changing world.

However, the paper also underscores several challenges and barriers associated with interdisciplinary learning, including the existence of disciplinary silos in education, faculty resistance, curriculum design complexities, assessment difficulties, and resource constraints. Institutional support and recognition for interdisciplinary efforts are often lacking.

# Ecological Technology


**M.Uma, M.C.A.,M.Phil.,**

*Assistant Professor in Department of Computer Application*

Saiva Bhanu Kshatriya College Aruppukottai – 626101

Phone No: 9944963936 E-Mail Id : umajancymca77@gmail.com


## Abstract


"In an era marked by pressing environmental challenges, the fusion of ecological principles with cutting–edge technology has emerged as a beacon of hope for achieving sustainable coexistence between humanity and nature. This paper delves into the realm of ecological technology, exploring its multifaceted applications and potential to revolutionize industries and lifestyles. By harmonizing the wisdom of ecosystems with the precision of innovation, ecological technology presents solutions that mitigate ecological footprints, conserve resources, and foster resilience in the face of a changing climate. From renewable energy advancements to biomimetic design inspirations, this study surveys a spectrum of topics to illuminate the synergy between nature and technology. Furthermore, the paper assesses challenges posed by ethical considerations and regulatory frameworks, while highlighting successful case studies that exemplify the transformative power of ecological technology. This paper underscores the imperative of collaborative efforts among researchers, industries, policymakers, and communities to harness the full potential of ecological technology and pave the way for a more sustainable future.

Key words: Ecological technology, often referred to as "eco–technology" or "green technology," refers to the development and application of innovative solutions that aim to address environmental and ecological challenges while promoting sustainability and minimizing negative impacts on the planet. Ecological technology encompasses a wide range of practices, products, and systems designed to enhance ecological health and reduce the carbon footprint.


## Examples of Eco technology

- Waste Management and Disposal Systems.
- Advanced Sewer Treatment Plants.
- Energy–efficient Buildings (Residential & Industrial)
- Waste–to–Energy Solutions.
- Electric Vehicles.
- Vertical Farms.

## How does technology help ecology?

Modern environmental technology has enabled us to capture this naturally occurring energy and convert it into electricity or useful heat through devices such as solar panels, wind, and water turbines, which reflects a highly positive impact of technology on the environment.

## Seven types of Ecology

- The biotic and abiotic factors include the living and non–living factors and their interaction with the environment.
- Biotic components. Biotic components are living factors of an ecosystem.
- Abiotic components.
- Global Ecology.
- Landscape Ecology.
- Ecosystem Ecology.
- Community Ecology.
- Population Ecology.
- Organismal Ecology.

**Steps to understand ecological technology:**

1. **Using Clean Energy**: Eco-tech harnesses power from sources like the sun (solar panels), wind (wind turbines), and water (hydroelectric dams) to generate electricity without harming the environment.
2. **Saving Energy**: It includes devices and practices that help use less electricity and gas, like energy-efficient light bulbs and turning off lights when not needed.
3. **Green Buildings**: Eco-tech in construction focuses on designing houses and buildings that use less energy and are made with materials that are kinder to the environment.
4. **Less Waste**: This involves finding ways to reduce, recycle, or compost waste instead of sending it all to the landfill.
5. **Saving Water**: Eco-tech helps in using water more efficiently with things like low-flow toilets, rainwater collection, and smart irrigation systems.
6. **Clean Transportation**: It promotes vehicles that don't pollute as much, such as electric cars, bikes, or public transport.
7. **Monitoring Nature**: Technology helps us keep an eye on the environment, like using sensors and satellites to watch air quality, forests, and wildlife.
8. **Natural Farming**: Eco-tech in agriculture means using methods that are gentle on the land and don't harm the environment, like organic farming.
9. **Recycling Materials**: It's about finding ways to make products from materials that have already been used, like turning old plastic bottles into new ones.
10. **Protecting Nature**: Eco-tech helps save and restore natural areas and creatures, like creating wildlife corridors for animals to travel safely.
11. **Capturing Pollution**: Some eco-tech traps and stores harmful gases that come from factories to stop them from going into the air and causing problems.
12. **Green Chemistry**: This involves making chemicals and products that are safe for the environment and don't pollute.
13. **Environmental Education**: Eco-tech uses tools and gadgets to help teach people about the environment and how to take care of it.
14. **Eco-Friendly Materials**: It's about using stuff that's good for the Earth, like clothes made from recycled materials.

**Objectives of ecofriendly technology?**

The goal of green tech is to **protect the environment, repair damage done to the environment in the past, and conserve the Earth's natural resources**. Green tech has also become a burgeoning industry that has attracted enormous amounts of investment capital.

**Future technology for ecology**

They are sure: the ecological future will be made of advanced technologies, ranging from robotics to artificial intelligence through connected devices constantly sending fresh information. One only must look at the news related to ecology to realize the high-tech movement is deeply rooted in the collective mind.

**Conclusion:**

Technology has become a crucial part of our society. Without technological advancements, so much of our everyday lives would be drastically different. As technology develops, it strives to fulfill the changing needs of society. Technology progresses as society evolves. Progress comes at a price. This price is different for each person and varies based on how much people value technological and scientific advancements in their own lives.

Technology's success is highly dependent on society's acceptance or rejection of a product, as well as whether any path dependence is involved. Changing technologies benefit consumers in countless aspects of their lives including in the workforce, in communications, in the use of natural resources, and so much more.

# இலங்கையில் மாணவர்களின் கல்விசார் அபிவிருத்தியும், ஆசிரியர்களின் தொழில்நுட்பத்தேவையின் வகிபாகமும்


ராஜேந்திரன் கிருஷிகா

சிறப்புக்கலைமாணி பட்டதாரி.
சமூகவியல் மற்றும் மானிடவியல் சிறப்புக் கற்கை,
சமூக விஞ்ஞானங்கள் துறை,
கிழக்குப் பல்கலைக்கழகம், இலங்கை.


## Abstract:


Sri Lanka gives high priority to education from primary to university level through its free education policy. But many obstacles prevent it from reaping its full benefits. Technology is essential in today's needs of Sri Lanka and the need for technology in education is also being felt by educators. Educators are defined as those who have extensive and specific skills, knowledge, training, or experience in a specific field and are qualified to provide dedicated educational training to others. Thus, teachers are also included in the category of educators. In today's educational activities, technology has permeated educational activities in Sri Lanka, both in the educational activities of students and in the teaching activities of teachers. However, the educational achievements of the students are low. Although many factors influence it, technology is also a factor. Lack of technology equipment, family, social background of students, poverty, lack of proper training, lack of technology available to teachers, lack of related training , cost of technology equipment , lack of understanding , non-cooperation of students are many factors that hinder Asians to use technology to improve the educational development of students. It directly affects individuals, society from a sociological point of view. Especially the lack of resources found in the educational development of the students affects the educational activities of the students, causing student dropout, child labour, abuse, poverty, unemployment, lack of technical facilities to teach education, family, increasing social problems, Early marriage, teachers going into retirement, shortage of teachers etc. Occurs. Therefore, the results of this study highlight that the role of technology needs of teachers and participation of students is essential in the academic development of students in Sri Lanka.

**Keywords:** Students, Teachers, Technology, Development, problems


## ஆய்வுச்சுருக்கம்:

இலங்கை தனது இலவசக் கல்விக் கொள்கையின் மூலம் கல்விக்கு உயர் முன்னுரிமையை முதலாம் தரம் முதல் பல்கலைக்கழக மட்டம் வரை வழங்குகிறது. ஆனால் பல தடைகளால் அதன் முழுப் பலனையும் பெற முடியவில்லை. இலங்கையின் இன்றைய தேவையில் தொழில்நுட்பம் என்பது அத்தியாவசியமாக இருப்பதோடு கல்வியில் கல்வியாளர்களின் வகிபாகத்திலும் தொழில்நுட்பத்தின் தேவை உணரப்பட்டு வருகின்றது. கல்வியாளர்கள் என்பவர் ஒரு குறிப்பிட்டத் துறையில் விரிவான மற்றும் குறிப்பிட்ட திறன்கள் அறிவு பயிற்சி பெற்றவர் அல்லது மற்றவர்களுக்கு அர்ப்பணிக்கப்பட்ட கல்விப் பயிற்சியை வழங்குவதற்குத் தேவையான தகுதிகளைக் கொண்டவர்கள் என வரையறுக்கப்படுகின்றது. அவ்வகையில் கல்வியாளர்கள் எனும் வகைப்பாட்டினுள் ஆசிரியர்கள் என்பதும் உள்ளடக்கப்படுகின்றது. இன்றைய கல்வி நடவடிக்கையில் மாணவர்களின் கல்வி நடவடிக்கைகளிலும், ஆசிரியர்களின் கற்பித்தல் நடவடிக்கைகளிலும் இலங்கையில் கல்விசார் நடவடிக்கைகளில் தொழில்நுட்பம் ஊடுருவியுள்ளது. இருந்தபோதிலும் மாணவர்கள் கல்வியில் பெற்ற அடைவுகள் குறைந்தளவில் காணப்படுகின்றது. அதற்கு பல காரணிகள் செல்வாக்கு செலுத்துகின்ற போதிலும் தொழில்நுட்பம் என்பதும் ஒரு வகையில் காரணமாக அமைகின்றது. தொழில்நுட்ப சாதனங்களின் பற்றாக்குறை மாணவர்களின் குடும்ப சமூக பின்னணி வறுமை முறையான பயிற்சியின்மை ஆசிரியர்களுக்கு இருக்கின்ற தொழில்நுட்பப் பற்றாக்குறை அது தொடர்பான பயிற்சியின்மை தொழில்நுட்ப சாதனங்களின் விலையேற்றம் விளங்கிக்கொள்வதில் காணப்படும் பற்றாக்குறை மாணவர்களின் ஒத்துழைப்பின்மை போன்ற பல காரணிகள் ஆசியர்கள் தொழில்நுட்ப தேவையை பயன்படுத்தி மாணவர்களின் கல்வி அபிவிருத்தியை மேம்படுத்துவதற்கு தடையான காரணிகளாக அமைகின்றன. இது சமூகவியல் நோக்கில் நேரடியாக தனிநபர்களையும் சமூகத்தையும் பாதிப்புக்குள்ளாக்குகின்றது. குறிப்பாக மாணவர்களின் கல்வி அபிவிருத்தியில் காணப்படும் குறைவான அடைவுகள் மாணவர்களின் கல்வி நடவடிக்கைகளை பாதிக்கின்றது மாணவர் இடைவிலகலை ஏற்படுத்துகின்றது சிறுவர்கள் தொழிலுக்கு அமர்த்தப்படுதல் துஸ்பிரயோகம் வறுமை தொழிலுன்மை கல்வியை கற்பதற்கு தொழில்நுட்ப வசதிகள் இன்மை குடும்ப சமூகப்பிரச்சினைகள் அதிகரித்தல் இளவயது திருமணம் ஆசிரியர்கள் ஓய்வு நிலைக்குச் செல்லுதல் ஆசிரியர் பற்றாக்குறை நிலவுதல் போன்ற நிலைகள் ஏற்படுகின்றது. எனவே இலங்கையில் மாணவர்களின் கல்விசார் அபிவிருத்தியில் ஆசிரியர்களின் தொழில்நுட்பத் தேவையின் வகிபாகமும் மாணவர்களின் பங்களிப்பும் இன்றியமையாதது என்பதை இவ்வாய்வின் முடிவு எடுத்துக்காட்டுகின்றது.

**திறவுச்சொற்கள்** : மாணவர்கள் ஆசிரியர்கள் தொழில்நுட்பம் அபிவிருத்தி பிரச்சினைகள்

## அறிமுகம்

இன்றைய இருபத்தோராம் நூற்றாண்டில் வாழும் தமிழர்களுக்கு, கல்விசார் கொள்கைகளும் நடைமுறைகளும் உலகலாவிய ரீதியில் ஏற்பட்டு வருகின்ற மாற்றங்களுக்கும், சவால்களுக்கும் முகம் கொடுக்கக் கூடிய வகையில் காணப்பட வேண்டும் என்பதே தமிழரின் அனைவரினதும் எதிர்பார்ப்பாகும். இலங்கையின் கல்வி வரலாறானது தனித்துவமான வரலாற்றைக் கொண்டதாகவுள்ளது. பௌத்த, இந்து மற்றும் இஸ்லாமிய அறிஞர்களின் உதவியுடன் அச் சமயங்கள் தொடர்பான கல்வி வளர்ச்சியடையத் தொடங்கியது. இலங்கையில் மேலைத்தேய கல்வி முறை ஆங்கிலேயர் காலத்திலேயே அறிமுகப்படுத்தப்பட்டது. அந்தவகையில் ஆரம்ப காலங்களில் இலங்கையில் கல்வி சமயங்களினடிப்படையில் மேற்கொள்ளப்பட்டது. கரையோரப்பகுதிகளில் ஆங்கிலேயர்களின் மிஷனரிப் பாடசாலைகளை அரம்பித்து அதனூடாக கிறிஸ்தவ மதக் கல்வி மற்றும் ஆங்கில மொழியை கற்பித்தனர். காலணித்துவ காலங்களில் இலங்கையில் 1931ஆம் ஆண்டு இலவசக் கல்வி முறை அறிமுகப்படுத்தப்பட்டது. அக்காலத்தில் பாடசாலை கல்வி முறையே படிப்படியாக வளர்ச்சியடைந்தது, இதனால் தனியார் வகுப்புக் கல்வி என்பது அறிமுகமில்லாத ஒன்றாக அமைந்திருந்தது. 1980ஆம் ஆண்டுகளுக்கு பின்னர் சமூக, பொருளாதாரம், அரசியல் மற்றும் கல்வி போன்றவற்றில் பௌத்த, இந்து மற்றும் இஸ்லாமிய அறிஞர்களின் உதவியுடன் அம் மதங்கள் தொடர்பான கல்வி வளர்ச்சியடையத் தொடங்கின. இலங்கையில் முறைசார்ந்த, முறைசாரா நிறுவனங்கள் கல்வியை வழங்குகின்றன. இலங்கையின் கல்வி நிலையை நாம் மூன்றாக வகுக்கலாம். அவை ஆரம்பக் கல்வி (06 – 11 வயது வரை), இடைநிலைக் கல்வி (12 – 18 வயதுவரை), உயர்கல்வி என்பனவாகும். தற்காலத்தில் இலங்கையில் தொழில்நுட்பக் கல்வியின் வளர்ச்சியும், ஆசிரியர்களின் தொழில்நுட்பக் கல்வியின் வகிபாகமும் மாணவர்களின் கல்வி அபிவிருத்தியில் தாக்கம் செலுத்துகின்றது என்பதை இவ்வாய்வுக்கட்டுரை விளக்குகின்றது.

## ஆய்வின் நோக்கம்

இவ்வாய்வானது இலங்கையில் மாணவர்களின் கல்விசார் அபிவிருத்தியின் நிலைப்பாட்டையும், அவர்களின் கல்விசார் அபிவிருத்தியில் ஆசிரியர்களின் தொழில்நுட்பத் தேவையின் வகிபாகத்தையும், அதன் தாக்கத்தையும் விளைவுகளையும் சமூகவியல் ரீதியில் விபரண ரீதியாக ஆராய்வதே இவ்வாய்வின் நோக்கமாகும்.

## ஆய்வு முறைமையியல்

இவ்வாய்வானது விவரண ரீதியான ஆய்வாக காணப்படுகின்றது. ஃபியல் ஆய்வு முறைமை பயன்படுத்தப்பட்டுள்ளதோடு இவ்வாய்வானது அகவய ரீதியான ஆய்வாக காணப்படுகின்றது. இரண்டாம் நிலைத்தரவு சேகரிக்கும் முறைகள் இவ்வாய்வில் பயன்படுத்தப்பட்டுள்ளது.

## இலங்கையின் கல்வி வளர்ச்சிப் போக்கு

இலங்கையை பொறுத்தளவில் 'வாசிப்பு' என்ற பதத்தினூடாகத்தான் கல்வி மக்களிடையே கூர்ப்படைந்தது. ஆதி கால மக்கள் பகுத்தறிவற்ற மக்களாகவே விளங்கினர். நகரமயமாக்கல் மற்றும் தொழில்நுட்ப வளர்ச்சியைத் தொடர்ந்து, மக்கள் அதிகமாக நகரம் சார் நாட்டம் கொண்டனர். எனினும் நகரங்கள்; பதாகைகள், குறியீடுகள், இலக்கங்களைக் கொண்ட பொறிமுறையை அடிப்படையாகக் கொண்டு விளங்கியதால், மக்கள் அதனை வாசித்து, கிரகித்து செயல்படும் ஆற்றலை கொண்டிருக்கவில்லை. கற்றால் மாத்திரமே நகரங்களில் தமது அன்றாட வாழ்க்கையை நிறைவேற்ற

முடியும் என்ற சூழ்நிலைக்கு மக்கள் தள்ளப்பட்டனர். அதனடிப்படையில் மக்கள் கல்வியின் பால் ஈர்க்கப்பட்டு பல கல்விமான்கள் உருவாகத்தொடங்கினர்.

மக்களின் கல்வி அறிவை மேம்படுத்தும் செயற்றிட்டங்கள் இன்று நேற்று நெறிமுறைப்படுத்தப்பட்ட விடயங்கள் அல்ல. இது போர்த்துக்கேயர் – ஒல்லாந்தர் காலம் முதல் ஆரம்பிக்கப்பட்ட முயற்சிகளாகும். இதில் பிரித்தானியர்களின் மிஷனரிப் பாடசாலை முறைமை இலங்கையின் கல்வி விருத்திக்கு பாரிய பங்களிப்பு வழங்கியுள்ளது. மேலும் கன்னங்கர அவர்களினால் 1945ஆம் ஆண்டு அறிமுகம் செய்யப்பட்ட இலவசக் கல்வி முறைமை, இலங்கை கல்வி வரலாற்றின் திருப்புமுனை எனலாம். கல்வியை நாடும் அனைவருக்கும் இலவசக் கல்வியை வழங்குவதற்கு அவர் தலைமை வகித்த வெற்றிகரமான போராட்டங்களின் காரணமாக இன்று கலாநிதி C.W.W கன்னங்கர அவர்கள் இலங்கையின் இலவசக் கல்வியின் தந்தை என்றழைக்கப்படுகின்றார்.

இலங்கையின் கல்வி வளர்ச்சி பற்றி பார்த்தோமானால் இலங்கையில் கல்வி ஆரம்பத்தில் எவ்வாறு கொடுக்கப்பட்டது என்று பார்க்கும்போது ஆரம்பகால மன்னர்கள் தமது புதல்வர்களை குருகுல கல்வியிற்கு அனுப்பி கல்வியினை புகட்டினார்கள். சிறந்த அரசனாக வேண்டுமானால் வில்வித்தை, அறிவுப்பயிற்சி, உளப்பயிற்சியில் சிறந்து விளங்க வேண்டும் என்பதன் காரணமாக உருவெடுத்தது இந்த குருகுலக் கல்வி.

ஆரம்பகாலத்தில் குறுகிய நோக்காக கொண்டு கல்வி வழங்கப்பட்டது. ஆனால் காலப்போக்கில் பரந்த நோக்காக மாற்றம் பெற்றது. அந்நியருடைய ஆக்கிரமிப்பின் வழியே பிற்பட்ட காலத்தில்தான் கல்வி பரந்த நோக்காக மாற்றம் பெற்றது.

ஆக்கிரமிப்புக்கள் பல இலங்கை மீது தொடுக்கப்பட்டன. அதில் 1505இல் இலங்கையினை ஆக்கிரமித்த போர்த்துக்கேயர் தம் மதம், மொழி என்பவற்றை பரப்ப கையாண்ட உத்தியே கல்வி ஆகும். போர்த்துக்கேயர்கள் அனைவருக்கும் கல்வியை வழங்கினார்கள். அப்போதுதான் தங்களுடைய கத்தோலிக்க மதம் மக்களிடையே பரப்பப்படும் என்பதற்காக. இதன்போது உருவாக்கப்பட்ட பாடசாலைகளாக பாரிஸ் பாடசாலை, ஆரம்ப பாடசாலை, கல்லூரி, அனாதை பாடசாலைகள் என்பன ஆகும்.

இதன் பின் 1658ல் இலங்கையை கைப்பற்றிய ஒல்லாந்தர் தமது புரட்டஸ்தாந்து மதத்தை பரப்ப கட்டாயக்கல்வி முறையினை கையாண்டார்கள். அதில் 15 வயதுக்குட்பட்ட அனைவரும் இக்கல்வியை கற்க வேண்டிய நிலை உருவாயிற்று. அது மட்டுமல்லாது பெண்கல்வி கலைத்திட்டம், பாடஉள்ளடக்கம், விடுமுறை ஒழுங்கு, ஆசிரியருக்குரிய அடிப்படைதகைமை தொடர்பான கட்டளைகள் போன்ற விடயங்களை கல்வியில் புகுத்தியமை குறிப்பிடத்தக்க ஒரு விடயமாகும்.

அடுத்ததாக 1798–1930 காலப்பகுதிக்குள் ஆங்கிலேயர்கள் கல்வியில் மாறாத தடங்களை உருவாக்கிச் சென்றனர். முதலாவது பாடசாலை ஆணைக்குழு 1834ல் உருவெடுத்தது. இதன் வளர்ச்சியில் 1869ல் உருவாக்கப்பட்ட பொதுப் போதனை திணைக்களப் பணிப்பாளர் J.S லோறி அவர்கள் மிஷனரி பாடசாலைகளை அரசாங்க மிஷனரிபாடசாலைகள் மேற்பார்வைக்கு உட்படுத்த வேண்டும் என்ற நிலையை உருவாக்கினார்.

பின் அந்நியராட்சியில் படிப்படியாக வளர்ச்சி கண்ட இலங்கைக் கல்வி 1948ம் ஆண்டு சுதந்திரத்தின் பின் 1970 அதிகளவு பட்டதாரிகள் இருந்தும் வேலையில்லா திண்டாட்டம் ஏற்படும்

அளவிற்கு கல்வியின் பாதை விரிவாக்கப்பட்டு 1972 கல்விச் சீர்திருத்தம், 1997 கல்வி சீர்திருத்தம் என்று பல்வேறு சீர்திருத்தங்கள் கொண்டு வரப்பட்டு 1939 கல்விச்சட்டமே இப்பொழுது நடைமுறையில் உள்ளது.

இன்றைய காலகட்டத்தில் இலங்கைக் கல்வியானது பலவகையில் நவீன மாற்றங்களுக்கு உட்படுத்தப்பட்டு காணப்படுகின்றது. மாணவர்களின் கல்வியை வலுப்படுத்த 5 E முறை, KASP முறை போன்றன அவர்களுடைய எண்ணங்கள், புதிய ஆற்றல்களை தூண்டும் வகையில் அமையப்பெற உருவாக்கப்பட்டவையாகும். 1997ம் ஆண்டு கல்வித் திருத்தத்தில் தொடர்பாடல் பற்றிய கற்கை கொண்டு வரப்பட்டபோதிலும் அன்று கவன ஈர்ப்பு இருக்கவில்லை. ஆனால் 2013இல் தொழிநுட்பக்கற்கை பிரிவு மிக முக்கிய பிரிவாக கொண்டுவரப்பட்டு இன்று பாரிய வளர்ச்சியை கண்டுள்ளமை குறிப்பிடத்தக்கது.

அது மட்டுமன்றி அனைவருக்கும் கணினி கல்வி வலுப்படுத்தப்பட்டுள்ள நிலையில் 1983இன் பின்னர் ஆசிய அபிவிருத்தி வங்கியின் உதவியுடன் கணினி வள நிலையங்கள் ஏற்படுத்தப்பட்டும் அதன் அறிவுபெரிதும் இன்மையால் கவனயீனமாக விட்டுவிடப்பட்டது. இன்று இந்நிலை மாறி இணையத்தையும் கணினி பற்றிய அறிவு இல்லாதவர்கள் மிக சொற்ப எண்ணிக்கையே என்று கூறும் அளவிற்கு மாறியுள்ளது. மேலும் இன்று 1–13 வரை அனைவரும் கட்டாயம் கல்வி கற்க வேண்டும் என்ற சட்டம் அமுலில் உள்ள நிலையும் பொதுச்சாதாரண பரீட்சையில் சித்தியடையாதவர்களுக்குரிய 26 தொழிற்பாடத்தில் தொடர்பாடல் முக்கியப்படுத்தப்பட்டுள்ளமையும் வளர்ச்சியின் போக்கே. அது மட்டுமன்றி பிரயோக கற்கை நெறியும் அவசிய நிலைமை பெற்றுள்ளது. இக்கற்கை மூலம் KASP சான்றிதழும் ADVANCED CERTIFICATE IN VOCATIONAL EDUCATION எனும் தரச்சான்றிதழும் வழங்கப்படுகின்றது. இருந்த போதிலும் இலங்கையில் 2020 ஆம் ஆண்டிலிருந்து ஊடுருவிய கொவிட் 19 தாக்கமானது முற்றுமுழுதாக மாணவர்களின் கல்வியை தொழில்நுட்பக் கல்வியாக மாற்றமைத்துள்ளது என்றால் மிகையாகாது. குறிப்பாக இணையவழிக் கற்றல்சார் செயற்பாடுகளே பாடசாலைகளிலும் தனியார் வகுப்புக்களிலும் நடாத்தப்படுகின்றது.

### மாணவர்களின் கல்வி அபிவிருத்தியும், ஆசிரியர்களின் தொழில்நுட்பத் தேவையும்.

இலங்கையின் கல்வி கட்டமைப்பு ஐந்து பகுதிகளாக பிரிக்கப்பட்டுள்ளது.

1) **Primary**
   - Kindergarten: 3–5–year–olds
   - Grade 1: 5–6–year–olds
   - Grade 2: 6–7–year–olds
   - Grade 3: 7–8–year–olds
   - Grade 4: 8–9–year–olds
   - Grade 5: 9–10–year–olds – Scholarship Examination

2) **Secondary**

**Junior secondary**
   - Grade 6: 10–11–year–olds
   - Grade 7: 11–12–year–olds
   - Grade 8: 12–13–year–olds
   - Grade 9: 13–14–year–olds

**Senior secondary**

- Grade 10: 14–15–year–olds
- Grade 11: 15–16–year–olds – G.C.E Ordinary Level Examination
- Grade 12: 16–17–year–olds
- Grade 13: 17–18–year–olds – (GCE A/Ls is the university entrance exam)

மேற்கூறிய வகைப்பாடுகளின் அப்படையில் மாணவர்களின் கல்வி அபிவிருத்தியும், அதில் ஆசிரியர்களின் தொழில்நுட்பத் தேவைகளின் வகிபாகத்தையும் நோக்காகக் கொண்டு மாணவர்களின் பின்னணியும், தொழில்நுட்பத் தேவையில் ஆசிரியர்களுக்கு காணப்படும் பலவீனம் மாணவர்களின் கல்வி நடவக்கையை நேரடியாக பாதிக்கின்றது. தொழில்நுட்ப சாதனங்களின் பற்றாக்குறை, மாணவர்களின் குடும்ப, சமூக பின்னணி, வறுமை, முறையான பயிற்சியின்மை, ஆசிரியர்களுக்கு இருக்கின்ற தொழில்நுட்பப் பற்றாக்குறை, அது தொடர்பான பயிற்சியின்மை, தொழில்நுட்ப சாதனங்களின் விலையேற்றம், விளங்கிக்கொள்வதில் காணப்படும் பற்றாக்குறை, மாணவர்களின் ஒத்துழைப்பின்மை போன்ற பல காரணிகள் ஆசியர்கள் தொழில்நுட்ப தேவையை பயன்படுத்தி மாணவர்களின் கல்வி அபிவிருத்தியை மேம்படுத்துவதற்கு தடையான காரணிகளாக அமைகின்றன. இது சமூகவியல் நோக்கில் நேரடியாக தனிநபர்களையும், சமூகத்தையும் பாதிப்புக்குள்ளாக்குகின்றது. குறிப்பாக மாணவர்களின் கல்வி அபிவிருத்தியில் காணப்படும் குறைவான அடைவுகள் மாணவர்களின் கல்வி நடவடிக்கைகளை பாதிக்கின்றது, மாணவர் இடைவிலகலை ஏற்படுத்துகின்றது, சிறுவர்கள் தொழிலுக்கு அமர்த்தப்படுதல், துஸ்பிரயோகம், வறுமை, தொழிலுன்மை, கல்வியை கற்பதற்கு தொழில்நுட்ப வசதிகள் இன்மை, குடும்ப, சமூகப்பிரச்சினைகள் அதிகரித்தல், இளவயது திருமணம், ஆசிரியர்கள் ஓய்வு நிலைக்குச் செல்லுதல், ஆசிரியர் பற்றாக்குறை நிலவுதல் போன்ற நிலைகள் ஏற்படுகின்றது. எனவே இலங்கையில் மாணவர்களின் கல்விசார் அபிவிருத்தியில் ஆசிரியர்களின் தொழில்நுட்பத் தேவையின் வகிபாகமும், மாணவர்களின் பங்களிப்பும் இன்றியமையாததாக காணப்படுகின்றது.

வளப்பற்றாக்குறை, முகாமைத்துவமின்மை காரணமாக மாணவர்களுக்கு உரிய முறையில் கல்வி வழங்கப்பட முடியாதுள்ளது. மேலும் இங்கு கோட்பாடு ரீதியான கல்வி வழங்கப்படுகிறது. ஆதலால் பரீட்சைகளிலும் குறைந்த பெறுபேற்றைப் பெறுகின்றனர். பல்கலைக்கழகத்திற்கான மாணவர்கள் தெரிவும் குறைந்து வேலைவாய்ப்பினையும் பெற்றுக் கொள்ள முடிவதில்லை.

கலைத்திட்ட பொருத்தப்பாடின்மையும் இங்கு நோக்கத்தக்கது. கலைத்திட்டம் மாணவர்களின் நாளாந்த வாழ்வுடன், பிரச்சினைகளுடன் தொடர்புற்றதாக இல்லை. இங்கு கல்வியானது வெறும் தத்துவமாகக் காணப்படுகிறது.இங்கு மாணவர்களின் புத்தாக்கம், இணைபாடவிதானச் செயற்பாடு, ஏனைய செயற்பாடு போன்றவற்றில் கவனம் செலுத்துவது குறைவு.

மேலும் இது மாணவர்களின் அறிவுப் பெருக்கத்திற்கு ஊக்குவிப்பு அளிக்காமல் மனனம் செய்து பரீட்சையில் தேர்ச்சி பெற ஊக்குவிக்கிறது. மேலும் இவற்றில் மிகப்பழமையான விடயங்களே காணப்படுகின்றன. ஒப்பீட்டு ரீதியில் புதிய விடயங்கள் குறைவு.

உதாரணமாக இடைநிலைக் கல்வியில் புவியியல், வரலாறு, தமிழ், சமயம், சுகாதாரம் போன்ற பாடங்கள் காணப்படுகின்றன. இவை அறிவு விருத்திக்கு உகந்தன.அத்தோடு இவை அதிகமாக தத்துவ ரீதியாகக் காணப்படுவதால் மனனம் செய்யப்படுகின்றன. அவை வாழ்வுக்குப் பயனளிப்பதாக செயல் வடிவில் இல்லை.

மேலும் தொழில் ஒன்றை மேற்கொள்வதற்கு உகந்தவையுமல்ல.இதனை பல்கலைக்கழகத்திலும் காணலாம். இங்கு சமூக விஞ்ஞானம்,மருத்துவம், பொறியியல்,கலை போன்றவற்றில் அதிகம் கோட்பாடு ரீதியான கற்கையினைக் காணலாம். இங்கும் நெட்டுருச் செய்தலே முதன்மை பெறுகிறது. இங்கு செயற்பாட்டிற்கு இடமளிக்காததால் மாணவர்களின் புத்தாக்கம்,கண்டுபிடிக்கும் ஆற்றல் என்பன மழுங்கிப் போகின்றன.

இருப்பினும் தற்போது தொழில் சார் கற்கை நெறிகளும் பயிற்றுவிக்கப்படுகின்றன. தகவல் தொடர்பால் தொழில்நுட்பம், வாழ்க்கைத் தேர்ச்சி, மனைப் பொருளியல், போன்ற தொழில்சார் கற்கைகள் சேர்க்கப்பட்டிருப்பினும் அவற்றின் செயற்படு தன்மை குறைவு என்றே கூற வேண்டும்.இவை பரீட்சையை நோக்காகக் கொண்டு எழுத்து வடிவிலேயே கற்பிக்கப்படுகின்றன.

செய்முறை ரீதியில் கற்பிக்கப்படுவதில்லை. இதுவே தொழில் நிபுணர்கள் இல்லாமைக்குக் காரணமாகும். இங்கு தொழில் சார் கல்வி விளைவு 12 வீதமாகவும் நூல் கல்வி வீதம் 16 வீதமாகவும் காணப்படுகிறது.

இடைவிலகும் மாணவர் தொகை அதிகரிப்பு மற்றுமொரு பிரச்சினையாகும். பாடசாலையிலே அனுமதி பெற்று முறையாகப் பாடசாலைக் கல்விக் காலத்தை அடைவதற்கு முன்னர் பாடசாலையை விட்டு விலகிய மாணவர்கள் எண்ணிக்கையே இடைவிலகல் ஆகும். இலங்கையில் கட்டாயக் கல்வி வயதெல்லையில் 17 சதவீதமானவர்கள் இடைவிலகியுள்ளனர். இது பெருந்தோட்டப் பிரதேசங்களிலே 20வீதமாகக் காணப்படுகிறது

நகரங்களை விட கிராமங்களிலும், ஆண்களை விடப் பெண்களிலும் இது அதிகமாகக் காணப்படுகிறது. இதற்குக் காரணம் பெண்கள் தம் இளைய சகோதரர்களைப் பராமரிக்க வேண்டும், இளவயது திருமணம், பெற்றோரின் கல்வினிலை, வறுமை, தொழில், ஆசிரியரின் பக்க சார்புத் தன்மை, ஆசிரியரின் கற்பித்தல் முறை, அதிகரித்த பாடசாலைக் கட்டணங்கள் போன்ற பல்றுN காரணங்களுக்காக பிள்ளைகள் பாடசாலையை விட்டு விலகுகின்றனர்.

இலங்கையில் பல்கலைக்கழக அனுமதி பெறுவோர் 0.82 சதவீதம். இதில் பொறியியலாளர்கள், வைத்தியர்கள் 0.12 .உயர்தர பரீட்சை எழுதியோரில் 41வீதம் சித்தி பெற்றாலும் 4.7 வீதமானோரே அனுமதி பெறுகின்றனர். இவ் இடைவிலகல் உயர்தர வகுப்பிற்கு செல்ல முடியாதவர்கள்,கல்வியை இடையில் விடுபவர்கள், கல்வியைக் கற்க முடியாத சுழ்நிலையைக் கொண்டவர்கள் என விரிந்து செல்கிறது.

உயர் பதவிகளுக்கான நியமனம், இடமாற்றம், பதவி உயர்வு போன்றவற்றில் அரசியல் தலையீடும், ஏற்றத் தாழ்வும், தகைமையின்மையும் காணப்படுகின்றன. இவ்வாறான அரசியல் தலையீட்டின் காரணமாக பொருத்தப்பாடற்றவர்கள் பதவிக்கு வருகின்றனர்.

மாணவர்களுக்குக் கற்பிப்பதற்கு ஆசிரியர்கள் பலர் இருந்தும் அவர்களில் அதிகமானோர் பொருத்தப்பாடற்றவர்களாகவும், தகைமையற்றவர்களாகவும், பயிற்றப்படாதவராகவும் காணப்படுகின்றனர். இவ்வாறான ஆசிரியர்களினால் வழிநடத்தப்படும் மாணவர்கள் சிறந்த புள்ளிகளைப் பெறுவதில் குறைபாடுள்ளது.

இதன் காரணமாக காலாவதியான கற்பித்தல் திறன் உள்ள ஆசிரியர்கள் அதிகரிக்கின்றனர். இவர்கள் தம் கல்வி நிலையினை நிகழ்காலத்தோடு இணைத்துக் கொள்ளாமல், கடந்த காலத்திலேயே

நின்று விடுகின்றனர். இதனால் ஆசிரியர் மீது மாணவர்களுக்கு நம்பிக்கை குறைவதால் கல்வி நிறுவனங்களில் ஒழுங்கு மற்றும் கட்டுப்பாடுகளை ஏற்படுத்துவதிலும் கடினம் ஏற்படுகிறது.

இவ் அரசியல் தலையீட்டினால் கிராமப் புற பாசாலைகளின் கல்வியினை விருத்தி செய்வதில் பிரச்சினை ஏற்படுகிறது. உதாரணமாக க.பொ.த உயர்தரம் சித்தியடைந்தவர்களை ஆரம்ப இடைநிலைப் பாடசாலைகளுக்கு ஆசிரியர்களாகப் பணிக்கு அமர்த்தலை குறிப்பிடலாம்.

ஆசிரியரின் தொழில் சார்ந்த உளநிறைவில் வீழ்ச்சியும் கல்வியில் செல்வாக்குச் செலுத்துகிறது. இது கல்வி வளர்ச்சியை பாதிப்புக்குள்ளாக்குகிறது. இங்கு ஆசிரியர்களால் ஆசிரியர்கள் தாழ்த்தப்படும் நிலையானது வாண்மைச் செயற்பாடுகளை மேலும் சிக்கலுக்கு உள்ளாக்குகிறது. இங்கு உயர்நிலையிலுள்ளோர் மற்றும் தனியார் பாடசாலைகளில் கற்றோர் ஏனைய அரச பாடசாலையில் கற்ற ஆசிரியர்களை இழிவாகப் பார்ப்பதால், நல்ல தகைமையான ஆசிரியர்களும் வாய்மைச் செயலில் திறமையாக ஈடுகாட்டுவதில்லை.

இவற்றிற்கு மாறாக மாணவர்களின் மாணவர்களின் குடும்பப்பின்னணி, சூழல், பாடசாலையின் தரம், உடல், உள, பௌதீக நிலை என்பனவும் அவர்களது கல்வி அபிவிருத்தியை மட்டுப்படுத்துவதாக அமைந்துள்ளன.

### முடிவுரை

இவ்வாய்வுக்கட்டுரையானது இலங்கை யின் கல்வியை மையப்படுத்தி இலங்கையில் மாணவர்களின் கல்வி அபிவிருத்தியும், அதில் ஆசிரியர்களின் தொழில்நுட்ப நிலையில் காணப்படும் பலவீனமும் மாணவர்களின் கல்வி அபிவிருத்தியை பாதிக்கின்றது என்பது முவாகின்றது. இவற்றை நிவர்த்தி செய்வதற்கு வேலையற்று இருக்கும் இளம் பட்டதாரி மாணவர்களை ஆசிரியர் சேவைக்குள் உள்வாங்கி தொழில்நுட்பத் திறனை புகட்டுவதால் மாணவர்களின் கல்வி நிலையை மேம்படுத்தலாம்.

**உசாத்துணைகள்**

1. ஜெயராஜா.ச(2008), இலங்கையின் கல்வி வரலாறு, சேமமடு பதிப்பகம்

2. ஜெயராஜா.ச(2006), கல்வியில் புதிய சீர்த்திருத்தங்கள் ஒரு விளக்கநிலை நோக்கு, அகவிழி, கொழும்பு.

3. சந்திரசேகரன்.சோ, கருணாநிதி.மா (1992), இலங்கையின் கல்வி வளர்ச்சி, சூடாமணி பிரசுரம்.

4. Sri Lanka: General Education Sector Development Plan (2020 – 2025), Ministry of Education Sri Lanka

# Education through Technology


R.Rajeshkumar, M.C.A.,M.Phil.,

Assistant Professor in Department of Computer Application

Saiva Bhanu Kshatriya College Aruupukottai

Phone No: 9443947212

E-Mail Id: rajeshranjithsingh@gmail.com


## Abstract:


In the digital age, technology has revolutionized the landscape of education, redefining traditional pedagogical methods and opening avenues for dynamic, learner-centered experiences. This abstract delves into the multifaceted intersection of education and technology, exploring its transformative impact on teaching and learning. Through the lens of innovative tools such as online platforms, immersive simulations, and artificial intelligence, this study examines how technology enhances access to knowledge, facilitates personalized learning journeys, and bridges geographical divides. The abstract delves into the evolving role of educators as facilitators of digital learning ecosystems, emphasizing the importance of pedagogical adaptation to harness technology's full potential. As technology blurs the boundaries between formal and informal learning, this abstract discusses the benefits of interactive engagement, immediate feedback, and collaborative virtual spaces. The abstract also addresses critical considerations such as digital equity, privacy, and the balance between screen time and well-being. By exploring these dimensions, this study underscores the need for a balanced approach that blends technological innovation with educational best practices. Education through technology holds the promise of nurturing lifelong learners who thrive in an ever evolving, interconnected global society.


Education through technology, often referred to as "EdTech," is the use of technology tools, platforms, and resources to enhance and facilitate the learning and teaching process. It encompasses a wide range of technologies and applications that aim to improve educational outcomes, increase access to education, and make learning more engaging and effective.

### Seven benefits of technology

- Faster access to information.
- Wider variety of learning materials.
- Increases the scope for distance learning.
- Eases teaching methods.
- Improves learners' communication skills in schools.
- Makes studying enjoyable.
- Helps learners to acquire new skills and knowledge.

### Ten Positive Effects of Technology on Society

- More Knowledge for Everyone.
- Connecting People across the World.
- Giving Everyone a Voice.
- Training a Generation of Young Scientists.
- Smarter, Faster Entertainment.
- Science, Technology, Engineering, and Math (STEM) Education.
- Reaching the World in a Snap.

**Some key aspects of education through technology:**

**Online Learning Platforms:** Online learning platforms, such as Learning Management Systems (LMS) like Moodle, Canvas, and platforms like Coursera and edX, provide a digital space for educators to deliver content, assessments, and resources to students. These platforms often offer a combination of text, video, quizzes, and discussion forums to support various learning styles.

**Mobile Learning:** The ubiquity of smartphones and tablets has enabled mobile learning, allowing students to access educational content anytime, anywhere. Educational apps, eBooks, and mobile-optimized websites provide opportunities for learning on the go.

**Virtual Reality (VR) and Augmented Reality (AR):** VR and AR technologies immerse students in virtual environments, making complex concepts more tangible and engaging. They are especially valuable for fields like science, engineering, and medical training.

**Artificial Intelligence (AI) and Machine Learning:** AI-powered tools can provide personalized learning experiences by analyzing students' progress and adapting content accordingly. Chatbots and virtual tutors powered by AI can offer real-time assistance to learners.

**Gamification and Serious Games:** Gamification incorporates game elements, such as points, badges, and leaderboards, into educational activities to motivate students. Serious games are designed specifically for learning purposes and can simulate real-world scenarios to teach practical skills.

**Adaptive Learning Systems:** These systems use data analytics and AI to tailor educational content to the individual needs and abilities of each student. This personalization helps students learn at their own pace and address their specific areas of weakness.

**Collaborative Tools:** Technology enables students to collaborate on projects and assignments in virtual environments. Tools like Google Workspace (formerly G Suite) and Microsoft Teams facilitate communication and document sharing among students and educators.

**Open Educational Resources (OER):** OER are freely accessible educational materials available online, including textbooks, videos, and courses. They promote affordability and accessibility in education.

**Video Conferencing and Webinars:** Video conferencing tools like Zoom and Microsoft Teams have become essential for remote and hybrid learning, enabling live interaction between teachers and students.

**Cloud Computing:** Cloud-based platforms allow educators to store and share educational content and resources easily. They also support collaborative work and remote access to materials.

**Steps to understand how education through technology works:**

1. Access to Devices: Students need access to devices like computers, tablets, or smartphones with internet connectivity.
2. Online Resources: Teachers and students use websites, apps, or digital platforms designed for learning. These resources can include videos, interactive lessons, quizzes, and more.

3. Engaging Content: Educational content is often presented in a fun and interactive way to make learning enjoyable.

4. Communication: Students and teachers can interact through emails, video calls, or chat to discuss lessons, ask questions, and provide feedback.

5. Progress Tracking: Technology tracks students' progress, showing what they've learned and where they might need help.

6. Customized Learning: Some tools adapt to each student's pace, offering extra practice in areas they find challenging.

7. Flexibility: Learning can happen at any time and from anywhere, allowing students to fit education into their schedules.

8. Digital Assessments: Students can take quizzes or tests online, and technology can instantly grade and provide results.

9. Resources Sharing: Teachers can share study materials, assignments, and announcements digitally.

10. Collaboration: Students can work together on projects, even if they're in different locations, using shared documents or virtual meetings.

11. Feedback: Teachers can give quick feedback on assignments, helping students improve.

12. Safety and Privacy: Schools and platforms ensure students' online safety and protect their personal information.

13. Access to Information: Technology enables students to access vast amounts of information, fostering independent research skills.

14. Life Skills: Students learn tech skills that are valuable in today's digital world.

| Advantages of Technology | Disadvantages of Technology |
| --- | --- |
| Improved communication & connectivity | Dependence & addiction |
| Increased efficiency & productivity | Job loss & unemployment |
| Enhanced learning & education | Isolation ^ loneliness |

### Conclusion:

The positive impact of technology on education is undeniable. Technology is a powerful tool that can transform societies, but it also harbors potential risks. Well-educated person will always have a better lifestyle and earn a decent livelihood as compared to an individual who is not educated.

# தொழில்நுட்பத்தில் வெறுப்புணர்வு இல்லா, பொறுப்புணர்வு

முனைவர் ரா பிரபா,

உதவிப் பேராசிரியர், தமிழ்த்துறை, பச்சையப்பன் மகளிர் கல்லூரி,
காஞ்சிபுரம்.

### ஆய்வுச்சுருக்கம்

கல்வி என்பது மனிதனின் ஒழுக்கங்களில் ஒன்று. இதைவிட முதன்மையானது ஒழுக்கமுடைமை இதனை முதுமொழிக்காஞ்சி பாடல் நமக்கு எடுத்துரைக்கின்றது "ஆர்கலி உலகத்து மக்கட்கெல்லாம் ஓதலின் சிறந்தென்று ஒழுக்கமுடைமை" (முதுமொழிக்காஞ்சி .01) ஒவ்வொரு மனிதனும் தொழில்நுட்பத்தின் விரைவுக்கேற்றார் போல் சாதித்தும், சரிந்தும,தவித்தும் கொண்டிருக்கும் சூழ்நிலையில் அனைத்து துறைகளிலும் தொழில்நுட்பத்தின் இன்றியமையாமை என்பது தவிர்க்க முடியாத ஒன்றாகிறது. தொழில்நுட்பம் அறிவை உருவாக்கும் கல்வித்துறையில் மிகுந்த பயன்பாட்டினைக் கொண்டும் வளர்ச்சியில் பல்வேறு மாற்றங்களைக் கொண்டும் திகழ்கிறது. தொழில்நுட்ப வரலாற்றில் "நிகழ்காலம் என்று எதுவும் இல்லை, எதிர்காலம் என்று எதுவும் இல்லை, கடந்த காலமே மீண்டும் மீண்டும் கடந்து போகிறது." இதுபோல் தான் இன்றைய தொழில்நுட்பத்தின் வளர்ச்சிநிலை பரிமாணம் நடக்கிறது. தொழில்நுட்பம் வளர்ச்சியில் கல்வித்துறைப் பயன்பாடு உயர்கிறது உயர்வு நிலையில் தொற்றுநோய் என்பது தொழில்நுட்பத்தின் வளர்ச்சியில் ஊக்கியாகச் செயல்பட்டது இதனை கணினி உலகம் 'UpEducators' என்றும் பெயரிட்டு அழைக்கின்றது இதில் 'google class' தொடங்கி 'கேன்வா'(canva) எனும் கிராபிக்ஸ் வழிக் கற்றல் வரை தொழில்நுட்பத்தின் முன்னேற்றத்தில் கல்வியாளர் வளர்ச்சி அடைந்துள்ளனர். இவ்வளர்ச்சி ஆழமான கற்றலையோ. ஆரோக்கியமான மனத்திட்பத்தையோ உருவாக்கவில்லை என்பது மறுக்க இயலாத உண்மையாகும் இவ்வரையறைக் கோட்பாடுகளில் உள்நின்று இயங்குபவர்களையும்,, அல்லது இதைப் போன்ற உலகம் மறந்த சூழலில் உற்று நோக்காது தேவையான தருணங்களில் பயன்படுத்தி விடைக் கொடுத்து விட்டு கடந்து செல்கின்றவர்களையும் தொழில்நுட்பக் கல்வியால் விலையாகின்று மலிந்த ஒழுக்கம் சிதைவுறு நிலையை எட்டி விடுதல் கூடாது என்ற பயணமே இவ்வாய்வின் செல் நெறியாகும்

### முன்னுரை

கல்வி என்பது அறிவல்ல, அறிவைத் தேடும் ஓர் ஊக்கி. பகுத்துணர்வு கூடிய சூழ்நிலையில் மனித மனம் சீர்மையோடு செயல்படுவதற்கு வழிவகைச் செய்கிறது. இவ்வழி காட்டுதலின் அடிப்படையில் மனிதனின் ஆறாம் அறிவு சிந்தித்துச் செயல்பட்டது என்பதின் ஆதாரம் தொழில்நுட்பம். இத்தொழில்நுட்பம் அனைத்து துறைகளிலும் மகிமை பெற்ற வரவேற்புடன் உலா வருகிறது. இவ்விழாவில் பங்கேற்று சிறப்புரை நிகழ்த்திக் கொண்டிருப்பதில் கல்வி துறையும் ஒன்றாகும் அதில் பணிபுரியும் கல்வியாளர்களுக்கும் இலகுவான உத்திகளின் வழியாக இதனை பயன்படுத்துகின்றனர் இப் பயன்பாட்டின் விளைவாக கல்வியாளர்களின் மனமும், மூளையும் சிந்திப்பதையும் ஆராய்வதையும் நிறுத்திக் கொண்டதோ என்ற எண்ணம் தூண்டப்படுகிறது. இத்தூண்டல் விளைவுக் கொள்கையின் விளைவாக விளைந்ததே இக்கட்டுரை.

### இயற்கையின் இயல்பும், செயற்கையின் உருவாக்கமும்

மனிதம் என்பது மற்ற உயிரினங்களின் வழிநின்று வேறுபட்டது. ஏனென்றால் இயற்கையாகவே அதிகமாக சிந்திக்கும் திறன் உடையது இத்திறனின் வாயிலாக நின்று புத்துணர்ச்சிப் பெற்று வெடித்துச் சிதறிக் கிளம்பிய யுத்தமே 'தொழில்நுட்பம்' என்பதாகும். இதன் பயன் ஒற்றைப் புள்ளியில் உலகை ஆளுமைச் செய்வது வரவேற்புக்குரியது. அதே வேளையில் அடையாளங்கள் சிதைவுற்று இயல்புயொழிந்த நிலையில் தனித்தன்மை குறைவுற்று காணப்படுகிறது. பூமியானது ஐம்பூதங்களாய் (நிலம், நீர், காற்று. நெருப்பு. ஆகாயம்) அடைக்காக்கப்பட்ட தன்மை உடையது. இத்தொழில்நுட்பம் பூமி என்னும் ஆணி

"

வேரை அசைத்து பார்க்கிறது என்னும் சிந்தனை நம்மை சூழ்ந்துக் கொள்கிறது. இவ் வளர்ச்சியின் விளைவு செயற்கையான உருவாக்கத்தை உலகிற்கு அறிமுகப்படுத்தியது. இதனால் இயற்கை அறிவில் ஆராயும் தன்மை சற்று தளர்வுற்று முடங்கி விட்டது என்பது மறுக்கற் பாலது. அதனால் செயற்கை அறிவு மிகுந்த உந்துச் சக்தியோடு தன் வளர்நிலை மாற்றங்களை நிகழ்த்தி கொண்டிருக்கும் இவ்வேளையில் கல்வித்துறையில் தொழில்நுட்பம் குறித்து அறிய வேண்டியதும், ஆராய வேண்டியதும் நம் கடமையாகும்.

'இயற்கையின் மாற்றே செயற்கை' என்பது அனைத்து துறைகளிலும் மனிதனுக்கு பதிலாக தொழில்நுட்பம் இடம்பெறும் நிலை உண்டாயிற்று. இயற்கையை வெல்லக்கூடிய எந்தவித தொழில்நுட்பமும் இன்னும் மனிதனால் உருவாக்கப்படவில்லை இயற்கை முகங்கள் சிதைவுறும் இடமே செயற்கையின் உருவாக்கம் என்ற தளத்தில் தொழில்நுட்பம் நகருகிறது. 'பசி' என்பது மனிதகுல வரலாற்றில் மறுக்க இயலாதது. அறிவுப் பசியின் உச்சகட்ட வளர்ச்சியே இத் தொழில்நுட்பம்.இவ் வளர்ச்சிக் கால் தடம் பதிக்காதத் துறையே இல்லை. அனைத்து துறைகளிலும் இயல்பாக இருக்கக்கூடிய ஒன்றுக்கும், செயற்கையாக உருவாக்கப்பட்ட ஒன்றிற்குமான இடையே நிகழும் போராட்டமே மனித குலத்தின் முன்னேற்றமாக வரையறுக்கப்படுகிறது. இந்நிலையே கல்வித்துறையிலும், கல்வியாளர்களுக்கும் இடையே எழும் வினாவுகேற்ற விலையாகும்.

### கல்வியாளர்களும், தொழில்நுட்பமும்

தொழில்நுட்பம் என்னும் சொல் சொல்லும் ஒரு காரணப் பெயராக குறிப்பிடப்படுகிறது. தொழிலில் ஏற்படக்கூடிய நுணுக்கங்களை நுட்புயுணர்வின் அசாத்தியங்களை வெளிப்படுத்துவது 'தொழில்' என்னும் வினையை குறிக்கும் சொல்லாகச் சங்க இலக்கிய நிலங்களின் வழி நின்று அடையாளப்படுத்தப்படுகிறது. காலத்தின் தேவையை 'தொழில்நுட்பம்' என்ற ஒரு சொல்லாட்சி மறைந்து காலத்தின் கட்டாயம் என்பதற்குள் பொதிந்து கொண்டது. கட்டாயத்தில் கருத்து வேறுபாடுகள் நிகழ்ந்தாலும் ஒரு புறம் தன்னிலை மாறா வண்ணம் தன் வினையைச் செய்துக் கொண்டு இருக்கிறது. தொழில்நுட்ப பழக்கத்திற்கு அடிமைச்சாசன தகவமைப்பு ஏற்படுகிறது. மனித வரலாற்றின் தரம் மேம்பாட்டில் அறிவியல் ஓர் அங்கமாகிறது. இவ்வகத்தின் ஒரு பகுதியாக கல்வியாளர்கள் இடம் பெறுகிறார்கள். கல்வியாளர்களுக்கும் தொழில்நுட்பம் என்பது அத்தியாவசியமான ஒன்றும், அனாவசியமானது ஒன்றுமாக இரு வேறுபட்ட கருத்து நிலை உண்டாகிறது. 'கல்வியில் தொழில்நுட்பம் அவசியமான ஆபத்து' என்பது ஆய்வாளர்களின் கருத்தாகும். அவசியம் என்பது காலத்தினால் கட்டமைக்கப்பட்ட உருவகம். கல்வியின் தரத்தையும், கல்வியாளர்களின் தகுதியையும் நிர்ணயிக்கும் ஒரு அளவுகாலாகத் தொழில்நுட்பம் வரையறைச் செய்யப்படுகிறது. இவ் வரையறைக்குள் இடம் சாராதவர்களை 'புதுப்பிக்கப்படாத மனித வளம்' என்கின்றனர் விரைவின் விளைவாக தொழில் நுட்பத்தில் துரிதமாக செயல்பட முடியும்போது விரைவுக்கு ஏற்றார் போல் மனித குலத்திற்கான தீமையும் நம்மை வந்தடைகிறது.


### கல்வித் துறையில் மாசுபாடு

வரலாற்று நூல்களையும், தற்கால நூல்களையும் விரல்முனையில் பற்றிய திறன் படைத்த வாய்ப்பினையும், கல்வியில் தொழிலின் பணிகளைச் சிறப்பாக செய்யவும் அறிவியல் பெரும் பயனாற்றுகிறது. கற்றல், கற்பித்தல் இரு கண்களின் வழியே செழிப்புற்று விளங்கும் இத்துறையில் தொழில்நுட்பத்தின் செயல்பாடு மிகுந்தொரு பயன் விளைவிக்கிறது என்பது மறுக்க முடியாத ஒன்று. ஆனாலும் செலவு சில விசேடங்களுக்குப் பின்னால் மறைந்திருக்கும் ஆபத்தினை நாம் உணர வேண்டும்

அவற்றுள்,

1.  .ஆசிரியர்கள்– மாணவர்கள் உறவு நிலை மேம்பாட்டை தவிர்க்கிறது.
2.  ஒரே இடத்தில் அமர்ந்து பணிப் புரிவதால் உடல் இயக்கம் அற்ற நடைபயணம் மறந்துட்ட நிலையில் உடல்நலக் குறைபாடு ஏற்படுகிறது.
3.  . மாணவர்கள், ஆசிரியர்களின் மனநலத்தில் விருட்சம் இல்லாதத் தன்மை.
4.  புத்தகங்களை வாசித்து, சுவாசிக்கும் தன்மையற்ற நிலை.
5.  இயல்பான சிந்தனை ஓட்டங்களை மறுத்து, பொறிகளின் விரைவுக்கேற்றார் போல் பழக்கமாகும் போது உளவியல் திறன்களின் பாதிப்பு ஏற்படுகிறது.
6.  . மனிதன் மனிதனோடு உறவாடும் கட்டமைப்பினைக் கட்யுடைக்கிறது.
7.  தன்னை மதிப்பது, தன்னை அறிவது, தன் உள்ளம் அடையாளம் அறிதல் தனக்குள் இருக்கும் நுண்மாண் நுழைபுழைத் தன்மை வலுவற்று போல். 8.தொழில்நுட்பத்தின் புலன் சிந்திக்காது, பொறிகள் சிந்திக்க தொடங்கிவிட்டது. 9.மனித உரையாடல்கள் குறைந்து, இயந்திரங்களுடன் உரையாடலைத் தொடங்கி விட்டனர்.
8.  . மாணவர்களுக்கு ஆசிரியர்களுக்கும் தேடல் பொறுமைப் போன்ற பண்புகள் உதிர்ந்துபோதல்., இன்னும் பிற இடர்பாடுகளும் தொழில்நுட்பத்தின் விளைவால் உருவாகிறது என்பது காலத்தின் சக்தியை பொருத்து கட்டமைக்கப்படும்.

## கல்வியும்,கணினியும்

கல்வியில் கணினி என்பது காலம் நமக்கு அளித்த அர்ப்பணிப்பு.. அதனால் கொண்டாடி மகிழ்வதை விடுத்து, குறை காணுதல் என்பது சங்கடமான தருணம் இதைத் தவிர்த்து கற்று உள்ளார்ந்து மறுபுறத்தை அணுக கல்வியைத் தொழில்நுட்ப மாயமாக்கல், நவீன மயமாக்கல் என்றொரு வளர்ச்சியின் விளைவாக ஆழ்ந்த கற்றல் நிலை இல்லாத தருணம் உருவாகிறது கல்வியாளர்கள் கல்வி –கல்விக்கொள்கை– பாடத்திட்டம் இவைகளுக்கு இடையே சில முரண்பாடுகளைச் சந்திக்க நேரடுகிறது விளைவாக சமூகம் சீர்குலவை நோக்கி நகர்கிறது என்ற கணக்கீட்டினை ஆய்வுகளும் அறிஞர்களும் நமக்கு தெரிவிக்கின்றனர் நாம் எல்லோரும் உலகையாள கைப்பற்றும் அறிவியல்  google class room  தொடங்கி canva வரை கற்பித்தல் செயல்பாட்டில் விரிவடைந்து இருக்கிறது .இவை அனைத்தும் ஆழ்ந்துணரும் வேளையில் பழமையின் நீட்சியே. இதனைச் சான்றாக அக்காலத்தில் மனிதர்கள் கல்வியை கோவில், வீட்டின் திண்ணை,மரநிழல் போன்ற இடங்களில் கற்றனர். சுவற்றில் எழுதியும், வரைந்தும் அதன் மூலம் நினைவுத்திறனையும் கற்றல் எளிமையையும் பயின்றுள்ளார். இதனைத் தொடர்ந்து ராமானுஜர் எனும் கணிதமேதை கூட தரையில் எழுதி புகழ்பெற்றார் என்பது வரலாறு. இதனையே இன்றைய நவீனத்துடன் தொழில்நுட்பத்துடன் பிரதிபலிக்கும் ' கேன்வா' எனும் படங்களின் வழிக் கற்றல் தொடர்பாட்டை நிகழ்த்துகிறது .இவ்வறிதல் கொண்டு பல்வேறு சான்றுகளை வரலாற்றில் இனம் காண முடியும்.

கல்வியில் தொழில் நுட்பம் என்பது ஆசிரியர்,மாணவர்,கல்வி மூன்றுக்கும் தொடர்பற்ற உறவில் உயர்ப்பற்ற தன்மையில் துன்பியல் சுழலை அடைகிறது. இக்கல்வியில் தொழில் நுட்ப வளர்ச்சி விளைவாக தொலைவில் இருக்கும் முகமறியாதவர்களின் கருத்து பரிமாற்றத்திற்கு ஏதுவாக இருந்தாலும், பரிமாற்றத்தில் இயற்கை உணர்வு ஒழிந்த செயற்கை பரிமாற்றத்தை பெற முடிகிறது சில சமயங்களில் தொழில்நுட்பம். பின்பற்றும் தவறான செய்திகளை அடையாள காட்டி விடும், ஆனால் புத்தகங்களும், ஆவணப் படங்களும் திருத்துவதோ, மாற்றுவதோ நிகழாது பிறழ்வுநிலை என்பதை இயற்கையில் கிடையாது என்பதை உறுதிப்படுத்த முடியும்.

## கல்வியில் தொழில்நுட்பம் குறித்து சில சிந்தனைகள்:

கல்வியாளர்கள் தொழில்நுட்பம் மூலம் நிர்வாகம் சார்ந்த தகவல்களையும் மாணவர்களின் தரவுகளை உள்ளீடு செய்து நினைவகத்தின் மூலம் சேமிக்க பயன்படுத்துகின்றனர். கல்வித் தொழில்நுட்பம் 'ICT' (இன்பர்மேஷன் கம்யூனிகேஷன் டெக்னாலஜி) தொழில்நுட்பம் விரைவு எழுதிய செயல்பாட்டினை செய்து வருகிறது இதனை குறித்து பேராசிரியர் ஜெகநாத் கரோடி என்பவர் எழுதுகிறார். கற்றல் கற்பித்தல் பற்றிய ஆழமான புரிதலை வழங்க புதிய கருவிகள் தொழில்நுட்பங்கள் மற்றும் கேஜெட்டுகளின் பயன்பாடு அதிகமாக இருக்க வேண்டுமா? அல்லது அடிப்படை கற்பித்தலுக்கு அதிக முக்கியத்துவம் கொடுக்க வேண்டுமா? என்ற விவாதங்களை பதிலாக விவாதங்களுக்கான பதிலை எவ்வாறு சேர்ந்த(கலவை) நிலையில் உருவாக்குவது என்பது பற்றிய தீர்வு எந்த பொறியாளரும் உருவாக்கவில்லை என்கிறார். ப்ரொபசர் ஜெகநாத் கொரடி (மணிபால் இன்ஸ்டிட்யூட் ஆஃப் டெக்னாலஜி பெங்களூர்) தொழில்நுட்பத்தின் தொடர்ச்சியான மாற்றங்களின் விளைவாக எதை பயன்படுத்த வேண்டும் எதை நீக்க வேண்டும் என்றொரு மனப்பிறழ்வு நிலையே எவற்றையும் முழுமையாக அறிய முடியாத நிலைக்கு கடத்தி விடுகிறது. அறிவியல் புரட்சியாளர் பொறியியல் கற்றலின் உயர்ந்த எதிர்காலத்தை உருவாக்கும் என்ற நோக்கில் உருவாக்கப்பட்டது இவை எளிய உடல் உழைப்பு  (virtual) (VR) augmented (AR) அல்லது   mixed reality  (MR)  கலப்பு யதார்த்தம் போன்ற தொழில்நுட்பங்கள் அதிவேக நோக்கமாகக் கொண்டு மாணவரின் அறிவை மேம்படுத்தி அவரை நிஜ உலகத்தில் மொழிந்தவர் கொண்டுவர முடியும் அதிக உந்துதல் மற்றும் ஈடுபாடு கொண்டு திறமையான மாணவப் பணியாளர்களை உருவாக்குவதற்கு துணை புரியும் என்கிறார். ஜெகன்னாத் கரோடி தொழில்நுட்பத்தின் வெளிநின்று மாணவப் பணியாளர்களை உருவாக்கி முடியுமே தவிர மாணவர்களை அல்ல. இம்முறை தான் அக்காலத்தில் மடப்பள்ளி குருகுல கல்வியில் தொடங்கி வகுப்பறை கல்வியின் பள்ளிக்கல்வி அறிமுகப்படுத்தி கற்றல் கற்பித்த தொழிலை செய்து வந்தோம். ஆனால் இன்றளவில் பல்லாயிரக்கணக்கான தொழில்நுட்பத்தின் வழியாக நில உலகிலிருந்து நிஜ உலகிற்கு கொண்டு வர முடியும் என்கிறது ஆய்வு.இவ்வகைமை கற்றல், கற்பித்தலும், கல்வியாளர்களும் எதனை தொழில்நுட்ப வளர்ச்சி என்று குறிப்பிடுகிறார்கள் என்பது அனைவரின் சிந்தனைக்குரிய வினாவாகும்.

இத்தொழில்நுட்பத்தின் வழியாக பல்வேறு தீங்கிழைக்கும் செயல்பாடுகளும் மாணவர்களுக்கும் கல்வியாளர்களுக்கு ஏற்படுகிறது. என்பதனை CNN Business என்னும் இணையதளம் வெளியிடுகிறது. ரிச்சர்ட் புளூ மென்டல் மற்றும் மார்ஷா பிளாக் பெர்ன் ஆகியோர் இணைந்து சமூக ஊடகங்கள் இளைஞர்களுக்கு தீங்கு விளைவிக்கும் தாக்கங்களைக் தடுக்கச் சட்டங்களை அறிமுகப்படுத்தினார் (Brain fung) Two us senators are pushing to culb  the  potentially harmful impacts of social media on young people with new bill targeting    tech platforms ' handling of contents surrounding issues such as eating disorder's substance abuse and suicide (brain Frank CNN 2022) என்று தனது ஆய்வுக் கட்டுரையின் மூலம் தொடர்ந்துள்ளனர். இதன் விளைவாக தொழில்நுட்பத்தின் இளைஞர் சமூகம் சீரழிவு நிலைக்கு தள்ளப்படுகிறது என்பது பொருளாகிறது. தொழில்நுட்பம் என்பது அடையாளப் புள்ளியாக வைத்துக்கொண்டு அதனைச் சுற்றிலும் பழமையை போற்றும் கல்வி முறையை மாணவர்கள், இளைஞர்களிடம் கல்வியாளர்களும் ஊக்குவிக்க வேண்டுமே தவிர முழுமையான அறிவியல் படிமநிலையை நோக்குதல்  கூடாது. புளூமெண்டல் கூறியது போல இணையத்தை எரிப்பதல்ல. தொழில்நுட்பத் தளங்கள் அல்லது இணையத் தளங்களை அழிப்பது அல்ல. பொதுவாக இயங்கக்கூடிய ஊடகங்களை, சமூக வரையறைக்குள் கட்டுப்படுத்தி அவைகளைப் பட்டியலிடுவதும் குழந்தைகளைத் தீங்கிலிருந்து பாதுகாத்தலும்  என்கிறார்.(Brain fung CNN 2022) ஆகவே தொழில்நுட்பம் என்பது தீங்கிழைக்கும் வரிசையில் நடைப்பயிலும்போது அதனை கட்டமைப்புகள் கொண்டவர வேண்டியது அவசியம் ஏற்படுகிறது

இப்பொழுது தொழில்நுட்பம் சார்ந்த பெரும்பான்மை அனைவரின் கையில் புழக்கத்தில் இருக்கும் போது கட்டுப்பாடற்ற தான்தோன்றித்தனமான போக்குகளே. பொழுதுபோக்காகக் கொண்டு பல முனைய தீங்கிழைப்பை  ஏற்படுத்துகிறது. இயற்கை என்பது எவ்வித தொழில்நுட்பத்தாலும் அழகாக   உருவாக்கப்படவில்லை..   அதனைக்   கட்டுப்படுத்தும்   தொழில்நுட்பமும் கண்டுபிடிக்கப்படவில்லை. ஆகவே இயற்கையான கற்றல் கற்பித்தல் கல்வியாளர்கள் என்பது தொழில்நுட்பத்தின் வென்று நிற்குமே ஒழிய தோல்வியை தழுவாது.

### முடிவுரை:

இயற்கையான முகங்கள் சிதையும் அடையாளங்களே தொழ்நுட்பத்தின் தோற்றுவாய். பசி என்பது மனிதனுக்குல வரலாற்றில் மறக்க இயலாதது. அதனை ஒட்டியே அறிவியல்பசி,தொழில்நுட்பபசி, பொருளாதாரப்பசி என்பது அசுர வளர்ச்சியின் பின்னணியாக இருந்திருக்க வேண்டும் அதனால் தான் கண்டுபிடிப்புகள் ஆழமானதாக இல்லாமல் அகலமானதாக சென்று கொண்டே இருக்கிறது. இதனைப் போன்று கல்வியும் ஆழ்ந்த புரிதலுக்கு உட்படாது கைநழுவி சென்றுக் கொண்டுடிருக்கிறது.

பழக்கம் என்பது பழக்கப்படுத்துவது, அவற்றில் நல்லவையும் தீவையும் சேர்ந்து ஒரே கோட்டில் நடக்க முற்படும். இவை தீயவைக்கு தலை சாய்க்கும் போது அது அடிமைத்தனத்திற்கு ஊக்குவிக்கிறது. பெரும்பாலான நேரங்களில் இவ்வடிமைத்தனம் சுயசிந்தனையற்ற, செயலற்ற சோம்பேறித்தனமான, புதிதாக சவால்களை அடக்க இயலாத தன்மையை பெற்றுவிடும். இதனையே முழுமையாக இத்தொழில்நுட்பம் கல்வியாளர்கள் மத்தியிலும், மாணவர்களின் மனநிலையிலும் சிம்மாசனம் விட்டு செல்கிறது. இதனை உதறித் தள்ளிவிட்டு வெளியேறி  விட வேண்டும் என்பது இவ்வாய்வின் வேண்டுகோள். அறிவியல் என்பது கல்வியாளர்களுக்கு துணையாக இருக்க வேண்டும், தொழில்நுட்பத்தை திறம்பட பயன்படுத்துதல் என்பது கற்பிக்கப்பட்ட ஒரு புதிய ஒழுக்கம். இத்தொழில்நுட்பத்தின் வன்முறைக்கு  தீங்கிழைப்புக்கும் அப்பால் மனித குலம் நல்லியல்பு பெற்று நடைப்போட வேண்டும்.

கல்வியாளர்களுக்கு 'புத்தகம் என்பது ஒர் மௌனத் துணை. அதனை வாசிப்புக்குட்படுத்தும் போது வாசகரின் மனதில் உலகியல் சார்ந்த புதிர்களை கட்டவிழ்க்கும் வெளிச்சத்தை உணர முடியும். அவ்வெளிச்சமே தொழில்நுட்பத்தால் இருளாகி  விடுமோ என்ற எண்ணமும் எழுகிறது

இவ்வுலகில் வேறேதும் வேண்டாது தொழில்நுட்பம் சார்ந்த கருவிகள் மட்டுமே இருந்தால் உலகம் என் உள்ளங்கையில் அடங்கிவிடும் என்ற சிந்தனையாளர்களிடம் பதில் உரைக்க வேண்டும் என்றால் உலகம் அடங்கவில்லை உலகில் உள்ள செய்திகள் மட்டுமே உங்களிடம் சேர்ந்திருக்கிறது என்ற புரிவுண்மைக்குள் வரவேண்டும். கடந்த காலம் நமக்கு அளித்த வரலாற்று விடயங்களை அவரவர் தகுதிக்கும் திறமைக்கும் ஏற்றார் போல் தொழில்நுட்ப வளர்ச்சியாக வேற்றுருவம் வழங்கி உள்ளனர்.

மனித மனங்களை ஆராயும் எந்தவித அறிவியல் தொழில்நுட்பமும் இன்னும் கண்டுபிடிக்கப்படவில்லை. புறவயமான கண்டுபிடிப்புகளைத் தரவுகளின் அடிப்படையில் அறிவியலால் உருவாக்க முடியுமே தவிர மனிதமனம் எத்தருணத்தில் எதைச் சிந்திக்கும் என்பதை அறியும் அறிவியல் சாதனம் இன்னும் கண்டுபிடிக்கப்படவில்லை. கல்வியும் கல்வியாளரும் அகமையும் சார்ந்தது என்பதை நாம் உணர வேண்டும் உலகில் தொழில்நுட்பம் சிறந்தவர்களாக குயவர்களை "கலம்செய் கோவே"என்று குறிப்பிடுகிறது சங்க இலக்கியம். அபூர்வமாக தகவல்களை பரிமாற மட்டுமே தேவைப்பட்ட கருவி பொழுதுபோக்கு சாதனமாகி போதைப் பொருளாகவும் ஆகிவிட்டது. சமூகத்தை இணைக்க வந்த சாதனம் பிரிக்குமோ என்ற அச்சமும், நேரத்தை சேமிக்க வந்த தொழில்நுட்பம் இன்று உபரி நேரத்தையும் உறிஞ்சிக் கொள்கிறது என்பது உண்மை..

**பார்வை நூல்கள்:**


1.   CNN BUSINESS, Senators lanunch  bipartion bill to regulate kids use  of social  media  by brain fung  2022
2.   importance of immersive  learning in engineering TNN     2022
3.   W.W. W educationtimer .com

# The Use of Technology in English Language Teaching

Dr J. Lingeswaran, Ph.D.,

Principal, head & associate professor,

Sri venkateswara collegeOf education, parasur. Cheyyar t.k

Dr.Mangaiyarkarasi, Ph.D.,

Head & Associate professor

Tamil university,

Tanjore.

## Abstract:

The application of modern technology represents a significant advance in contemporary English language teaching methods. The current research addresses various elements of the technology used in English teaching by devising innovative curricula which harnesses recent scientific and technical developments, equip instructors with the technological skills to ensure effective and quality subject delivery, provide technical media such as audio–visual and modern technical programs and create student–teacher platforms which maximize positive language learning outcomes.

For the purposes of this study, the relevant literature has been reviewed, technology defined linguistically and conventionally, and correlation with modern teaching skills fully evaluated. Considering this, the researcher outlines the fundamental research problem, elucidates the significance of the research objectives and hypotheses, and presents the findings. The paper concludes by offering several recommendations which may further contribute to the improvement of teaching methods by advancing the widespread application of modern technology.

## Introduction:

The use of modern technology in teaching English is universally understood to encompass an innovative application of methods, tools, materials, devices, systems, and strategies which are directly relevant to English language teaching and lead to the achievement of the desired goals. Thus, while technology is now generally accepted as an important educational and auxiliary tool across a range of teaching and learning contexts, it is particularly true of English language teaching since it affords a few potential opportunities to enhance both the content and delivery of the pedagogies typically associated with traditional English language instruction. This is primarily achieved by enabling the student and/or teacher to revisit problematic content time after time until it is fully understood and assimilated.

Familiarity with the concept of using modern technology is not merely limited to the use of modern appliances and devices, but rather obtains to the introduction of innovative systems and methods of teaching which facilitate faster and more comprehensive learning progression. According to prevailing pedagogical theories, in utilizing the learning potential of technology students are better able to acquire and hone their language knowledge and skills. The use of technology in teaching English consolidates the integrated view of the modern means system and association with other components which benefits students by achieving the required results.

### Significance of the Research

The study aims to advance knowledge in several significant areas. In the first instance it will identify traditional teaching practice challenges which retard or obstruct the process of effective language learning in order formulate a range of solutions to update them with technological methods and aids. The research will also evaluate the scale of the difficulties confronted by English teachers who use modern technology and determine whether additional IT skill training is required. It is hoped that the ensuing data may be used as a reference guide for future researchers in the same field and context, along with a detailed analysis of the teaching and education sector as intrinsic to the infrastructure of any modern society.

Technology has become ubiquitous in all forms of contemporary life. Since the teaching process cannot be atomized from this global trend, this study further considers the impact of recent English teaching technology as compared to traditional practices which render students passive, and prone to boredom. Indeed, this study demonstrates that the introduction of modern technological assistance yields timely learning progress and improved student proficiency across all English language skills including writing, reading, and conversation. Ultimately, the research provides key educative stake—holders and authorities with practical solutions to tackle the problems related to the use of modern technology in English language teaching for teachers and students alike.

### Objectives:

1. The research aims to identify the following:
2. The extent of the technological contribution to the development of the English language teaching process.
3. A suite of solutions to enable both teachers and learners to overcome the challenges which currently hinder the use of modern technology in English teaching.
4. Alternatives and/or substitutes for traditional instruction to boost the efficiency of teacher and student potential to acquire English language skills.
5. appropriate IT training for English language teachers to meet the growing need.
6. The pros and cons of using technology in teaching English.
7. Technological teaching programs and aids which enable students to learn via an electronic curriculum.

### Hypotheses:

This study evaluated the following hypotheses:

•There are statistical differences indicating variations between traditional methods and modern technology in teaching English.

•There are statistical indicators demonstrating the level of student assimilation of English language skills.

•There are statistically significant indications of the efficiency of teachers in using of modern technology in terms of teaching English language curricula.

### Methodology:

The researcher followed each of the following methodologies:

•The researcher applied the descriptive method and experimental monitoring to fully interrogate the study questions and devise appropriate solutions.Based on the determination of time and spatial period, the application of historical methodology based on an analysis of the elements and reasons which gave rise to the basic research problem and the attendant challenges further assisted an evaluation of present and future developmental impacts. In addition, the collation, review, and comparison of secondary data sourced from relevant records, reports, and previous studies, were intrinsic to the design and scope of effective solutions.

•The researcher also applied experimental methodology which is based on studying the impact of changes placed on the research problem where one variable is fixed. The study the impact of its existence rests on several variables; namely the laboratory experimental methodology conducted in the laboratory under certain conditions, such as studying the impact of technology on teaching English and the non-laboratory experimental methodology applied to a group of volunteer students beyond the scope of study.

### Findings:

The answers to the core research question are summarized as follows:

1. • Studies confirm there are not enough English language instructors trained in the use of relevant technological teaching aids.
2. • The survey found greater student response and interaction with the use of modern technology than traditional methods.
3. • The study also showed that the language teaching process was hampered by the unequal availability of relevant technology across educational institutions.
4. • Studies confirm that up–to–date sound and visual effects and tablet display devices are more effective in teaching English language skills due to their immediacy and user–friendly English content, which reflects real–life situations as opposed the traditional means that student find contrived and boring.
5. • As anticipated, the study confirms that the use of modern technology leads to enhanced learner outcomes including better student motivation, improved achievement levels, and increased interaction between student and teacher. Improved student self–learning, self–reliance, positive self–talk was also observed, as were maximum utility of time and effort for both the teacher and student. The various modes and sources of modern classroom technology have proven their reliability and effectiveness in the comprehensive, relevant, and timely instruction of contemporary English language skills.

### Recommendations:

Considering the findings, the researcher suggests the following:

1. Substitute modern technology for obsolete English language teaching methods.
2. Provide appropriate training for all teachers to use modern technology in English language teaching.
3. Adopt complete electronic curriculum projects in line with modern requirements.
4. Urge English teachers to encourage students to use modern technology to develop their language skills.
5. Establish Internet networks within educational institutions to equip teachers to properly avail of modern technology.
6. Provide appropriate student training in all forms of available technology in order that they maintain pace with the requirements of the electronic curriculum.
7. Establish an English language teaching portal school–home connection to enable students to learn in their free time.
8. English teacher development of classroom dialogue and discussion programmes which use modern technical means such as screens, projectors, and smart panels to promote student mastery of the English language.

**Conclusion:**

In summary, despite genuine efforts to modernize traditional methods of teaching English, residual obsolete practices should be phased out and replaced using the available technology on offer via computer, smart devices, display, audio–visual materials, and electronic approaches. This study underscores the vital educative potential and numerous benefits of technology in the language classroom for positive learning outcomes in the language classroom and the wider world, the financial implications of setting up the infrastructure, and encouraging teachers to overcome their anxieties around of teaching technologies. Of course, the purpose of both traditional and modern technologies is to maximize students' English skills and provide a space where learning can be best facilitated. One of the ultimate goals of using modern technology is to actively engage them students in language learning and motivate them to acquire English language skills in a practical and realistic way. This can be achieved through an open learning context which fosters openness and access to the subjects and information through modern technology means, wherein students are motivated and directed to communicate with each other. In terms of future development, multimedia will be integral to the student–centered process of teaching English to modern standards. As such, the quality of teaching and application of students to modern educational foundations would benefit from an extensive survey of English language skills in to improve overall communication proficiency.

In conclusion, we believe that this process can fully enrich student thinking and practical language skills and promote improved efficacy in overall teaching and learning. Indeed, it is evident that many routine learning issues that can be overcome through the effective incorporation of technology and appropriately trained teachers, while funding ramifications can be addressed through ministerial planning and the establishment of an infrastructure which prioritizes the interests of effective learning.

**References:**

1. Alsaleem, B. I. A. (2014). The effect of "WhatsApp" electronic dialogue journaling on improving writing vocabulary word choice and voice of EFL undergraduate Saudi Students. Harvard: 21st Century Academic Forum Conference Proceedings. Retrieved from http://www.readwritethink.org/lesson_images /lesson782/Rubric.pdf

2. Arifah, A. (2014). Study on the use of technology in ELT classroom: Teachers' perspective (M.A. Thesis). Department of English and Humanities, BRAC University, Dhaka, Bangladesh.

3. Beatty, K. (2003). Teaching and Researching Computer Assisted Language Learning. New York: Longman.

4. Becker, H. J. (2000). Findings from the teaching, learning, and computing survey: Is Larry Cuban right? Education Policy Analysis Archives, 8(51). https://doi.org/10.14507/epaa.v8n51.2000

5. Eastment, D. (2005). Blogging. ELT Journal, 59(4), 358–361. https://doi.org/10.1093/elt/cci073

6. Egbart, J., Paulus, T., & Nakamichi, Y. (2002). The impact of CALL institution on language classroom technology use: A foundation for rethinking CALLteacher education. Language Learning and Technology, 6(3), 108–129.

7. Ellis, R. (1985). Understanding Second Language Acquisition. Oxford: Oxford University Press.

8. Erban, T., Ban, R., & Castaneda, M. (2009). Teaching English Language Learners Through

9. Technology. New York: Routledge. https://doi.org/10.4324/9780203894422

10. Pourhossein Gilakjani, A. (2014). A detailed analysis over some critical issues towards using computer technology into the EFL classrooms. Universal Journal of Educational Research, 2(2), 146–153.

11. Singhal, M. (1997). The Internet and Foreign Language Education: Benefits and Challenges. The Internet TESL Journal, 3(6).

12. Sura, M. N. (2017, April). Use of Technology in English Language Teaching and Learning University of Baghdad.

# தமிழாசிரியர்களுக்கான மின் உள்ளடக்கங்கள்

## (E-Contents for Tamil Teachers)

முனைவர் இரா.குணசீலன்

தமிழ் இணைப்பேராசிரியர்,

பி.எஸ்.ஜி கலை அறிவியல் கல்லூரி, கோயம்புத்தூர்

gunathamizh@gmail.com, 9524439008

### கட்டுரைச் சுருக்கம்:

அறியாமை இருளை நீக்குவது ஆசிரியரின் முதன்மையான பணி. இன்று ஆசிரியரின் பணியை கணினி, இணையம், திறன்பேசி, பலகைக் கணினி, மின்னூல் வாசிப்பான், செயற்கை நுண்ணறிவுக் கருவிகள் எனப் பல கணினி நுட்பியல் கருவிகள் செய்கின்றன. ஆசிரியரிடமிருந்து மட்டுமே அறிவைப் பெற்ற சமூகம் இன்று இக்கணினி நுட்பியல் கருவிகள் வழியாகப் பெறுகிறது. என்றாலும் இக்கருவிகள் தரும் செய்திகளின் நம்பகத்தன்மை கேள்விக்குறியாகவே உள்ளது. அதற்குக் காரணம் இக்கருவிகளை உருவாக்குவோர் பெரிதும் கணினித்துறை சார்ந்தவர்களாகவே உள்ளனர். தமிழாசிரியர்கள் புத்தகங்களைக் கடந்து கணினிநுட்பங்களைப் பயன்படுத்துபவராகவும், கணினிகள் வழங்கும் மின் உள்ளடக்கலை உருவாக்குபவர்களாகவும் இருந்தால் இக்கருவிகள் தரும் செய்து நம்பத்தன்மையுடையதாக அமையும். தமிழாசிரியர்கள் பயன்படுத்தவேண்டிய மின் உள்ளடக்கங்களையும், உருவாக்கவேண்டிய மின் உள்ளடக்கங்களையும் எடுத்துரைப்பதாக இக்கட்டுரை அமைகிறது.

### Abstract:

The teacher's primary task is to remove the darkness of ignorance. Today the work of the teacher is done by many computer technology tools like Computer, Internet, Smart phone, Tablet pc, e-books, artificial intelligence tools. A society that used to get knowledge only from teachers, today gets it through computer technology tools. However, the reliability of the messages provided by these devices remains questionable. That is because the makers of these tools are mostly computer oriented. These tools can be useful and dependable if Tamil Teachers go beyond books and use computer technologies and create e-content provided by computers. This article highlights the e-contents to be used by Tamil Teachers, and the e-contents to be created.

### குறிச்சொற்கள்:

மின் உள்ளடக்கம், வலைப்பதிவு, மின்னூல், தொடரடைவு, அகராதி, குறுஞ்செயலிகள், விக்கிப்பீடியா, கணினி நிரலாக்கம், வரைகலை வடிவமைப்பு

E-Content, Blog, E-Book, Dictionary, Apps, Wikipedia, Computer Programming, Graphic Design

### முன்னுரை:

அறியாமை இருளை நீக்குவது ஆசிரியரின் முதன்மையான பணி. இன்று ஆசிரியரின் பணியைக் கணினி, இணையம், திறன்பேசி, பலகைக் கணினி, மின்னூல் வாசிப்பான், செயற்கை நுண்ணறிவுக் கருவிகள் எனப் பல கணினி நுட்பியல் கருவிகள் செய்கின்றன. ஆசிரியரிடமிருந்து மட்டுமே அறிவைப் பெற்ற சமூகம் இன்று இக்கணினி நுட்பியல் கருவிகள் வழியாகப் பெறுகிறது. என்றாலும் இக்கருவிகள் தரும் செய்திகளின் நம்பகத்தன்மை கேள்விக்குறியாகவே உள்ளது. அதற்குக் காரணம் இக்கருவிகளை உருவாக்குவோர் பெரிதும் கணினித்துறை சார்ந்தவர்களாகவே உள்ளனர். தமிழாசிரியர்கள் புத்தகங்களைக் கடந்து கணினிநுட்பங்களைப் பயன்படுத்துபவராகவும், கணினிகள் வழங்கும் மின் உள்ளடக்கலை உருவாக்குபவர்களாகவும் இருந்தால் இக்கருவிகள் தரும் செய்தி மேலும் நம்பத்தன்மையுடையதாக அமையும். தமிழாசிரியர்கள் பயன்படுத்தவேண்டிய மின் உள்ளடக்கங்களையும், உருவாக்கவேண்டிய மின் உள்ளடக்கங்களையும் எடுத்துரைப்பதாக இக்கட்டுரை அமைகிறது.

**வலைப்பதிவு:**

இணையதளங்களைப் போன்றவையே வலைப்பதிவுகள் ஆகும். இணையதளங்களை உருவாக்க தொழில்நுட்ப அறிவும் இடவசதி, களப்பெயர், பராமரிப்புகளுக்காக பணம் செலவிடவேண்டும். ஆனால் வலைப்பதிவுகளை இலவசமாகவே உருவாக்கிக்கொள்ளலாம். வலைப்பதிவு (Blog) என்பது, அடிக்கடி இற்றைப்படுத்துவதற்கும், கடைசிப்பதிவு முதலில் வருமாறு ஒழுங்குபடுத்துவதற்கும் என சிறப்பாக வடிவமைத்த தனிப்பட்ட வலைத்தளமாகும். இற்றைப்படுத்துவதற்கும் பராமரிப்பதற்கும் வாசகர் கலந்துரையாடுவதற்குமான வழிமுறைகள், இணையதளங்களைக் காட்டிலும் வலைப்பதிவுகளில் எளிமையாக வடிவமைக்கப்பட்டிருக்கும். ஒவ்வொருவரும் இலவசமாகத் தம் கருத்துகளை தம் மொழியில் வெளியிட இவ்வலைப்பதிவுகள் பெரிதும் உதவுகின்றன. வலைப்பதிவுகளை "பிளாக்கர், வேர்டுபிரசு, தம்ளர், டைப்பேட், லைவ்சர்னல், பிளாக்ஆர், சங்கா" ஆகிய தளங்களில் மின்னஞ்சல் வழியாக உருவாக்கிக்கொள்ளலாம். தமிழாசிரியர்கள் தமக்கென வலைப்பதிவை உருவாக்கி அதில் தம் சிந்தனைகளைப் பதிவிடுவதுடன். மாணவர்கள் தனி வலைப்பதிவுகளை உருவாக்கவும், குழு வலைப்பதிவில் எழுதவும் ஊக்குவிக்கலாம். தமிழாசிரியர்கள் மாணவர்களுக்கான பாடக்குறிப்புகளையும், பயிற்சிகளையும் வலைப்பதிவுகள் வழி வழங்கினால் தமிழ் வகுப்பு மேலும் மாணவர்களுக்கு ஆர்வமூட்டுவதாக விளங்கும்.

**மின்னூல்கள்:**

மின்னணுவியல் அல்லது எண்முறைப் பதிப்பே மின்னூல் ஆகும். e-book என்ற சொல்லுக்கு இணையாக மின்னூல் என்ற சொல்லைப் பயன்படுத்தி வருகிறோம். மதுரை மின்னூல் தொகுப்புத் திட்டம், தமிழ் இணைய மின்னூலகம், நூலகம் என இணையவழியாக மின்னூல்களைப் பெறுவதற்கான பல்வேறு வாய்ப்புகள் உள்ளன. தமிழாசிரியர்கள் தம் சிந்தனைகளை மின்னூலாக வெளியிட்டு மாணவர்கள் மின்னூல்களை உருவாக்குவதற்கான முன்மாதிரியாகத் திகழவேண்டும். மின்னூல்களை "அமேசான் கிண்டில்"தளத்தில் உருவாக்கிக்கொள்ளலாம். மின்னூல்களை மைக்ரோசாப்ட் வேர்டு, கூகுள் ஆவணம், கிண்டில் கிரியேட் மென்பொருள் வழியாகவும் உருவாக்கிக்கொள்ளலாம்.

**விக்கிப்பீடியா:**

விக்கிப்பீடியா என்ற கட்டற்ற கலைக் களஞ்சியத்தை மாணவர்கள் பயன்படுத்துவதுடன் அதை வளப்படுத்தவேண்டியதும் காலத்தின் தேவையாகும். "விக்கிப்பீடியா, விக்சனரி, விக்கி மேற்கோள், விக்கி பொதுவகம், விக்கி மூலம்" என விக்கியின் பல்வேறு தளங்களிலும் தமிழாசிரியர்கள் பங்களிக்க முடியும். மாணவர்களை இதில் நெறிப்படுத்தினால் இணையத்தில் தமிழ் மேலும் வளம் பெறும். விக்கியின் தரவுகள் யாவும் படைப்பாக்கப் பொதும அடிப்படையில் பகிரப்படுவதால் இயற்கை மொழி ஆய்வு சார்ந்தும் பல்வேறு மென்பொருள் உருவாக்கங்களுக்கும் இவற்றைப் பயன்படுத்திக்கொள்ள இயலும்.

### வலையொளிகள்:

யூடியூப் தளத்தைத் தமிழில் வலையொளி என அழைக்கிறோம். தமிழாசிரியர்களுக்கென வலையொளிப் பக்கம் இருந்தால் காணொலி வழியாக அவர்களின் குரல் நான்கு சுவர்களைக் கடந்து உலகின் பல்வேறு பகுதிகளில் வாழும் மக்களையும் சென்றடையும். திரைப்படம், விளையாட்டு, அரசியல், பொழுதுபோக்கு என்று பல வலையொளிப் பக்கங்கள் இருந்தாலும் இலக்கியப் பக்கங்கள் குறைவாகவே உள்ளன. இன்சுடாகிராம், புலனம் என தம் நேரத்தைச் செலவிடும் இளைய தலைமுறையினரிடம் இதன் தனிச்சிறப்புகளை எடுத்துரைத்து தமிழை வளப்படுத்தலாம்.

### தொடரடைவுகள்:

தமிழ் இலக்கியங்களில் இடம்பெற்ற சொற்களைத் தேடுவதற்கான வழிமுறைகளுள் தொடரடைவுகள் சிறப்பிடம் பெறுகின்றன. முனைவர் ப.பாண்டியராஜா அவர்களின் தமிழ் இலக்கியத் தொடரடைவு அவற்றுள் குறிப்பிடத்தக்கது. தமிழாசிரியர்கள் இத்தளத்தைப் பயன்படுத்துவதுடன் மேலும் இதுபோன்ற பல்வேறு தொடரடைவுகளையும் உருவாக்குதல் வேண்டும்.

### அகராதிகள்:

சொற்களுக்கான பொருளை அறிந்துகொள்வதில் அகராதிகள் பெரிதும் உதவியாக அமைகின்றன. கணினி, திறன்பேசிகளிலும் இன்று மின் அகரதிகள் வழியாக நாம் சொற்பொருள்களை அறிந்துகொள்ளமுடிகிறது. தமிழ் அகரமுதலிகளின் களஞ்சியமாக தமிழ்ப்பேழை திகழ்கிறது.

### குறுஞ்செயலிகள்:

திறன்பேசிகளில் பயன்படுத்துவதற்கான (apps) செயலிகளை குறுஞ்செயலிகள் என்று அழைக்கிறோம். "ஆண்ட்ராய்டு ஸ்டுடியோ" வழியாக யாவரும் குறுஞ்செயலிகள உருவாக்கமுடியும். தமிழாசிரியர்களும் இதன் அடிப்படை நுட்பங்களைக் கற்றால் தமில் பல குறுஞ்செயலிகளை உருவாக்கி மாணவர்களுக்கு வழிகாட்டலாம்.

### கணினி நிரலாக்கம்:

கணினித் துறையினர் மட்டுமே நிரலாக்கம் செய்யமுடியும் என்ற நிலை மாறி இன்றைய சூழலில் தமிழாசிரியர்களும் நிரலாக்கம் செய்யமுடியும் என்ற நிலை ஏற்பட்டுள்ளது. "பைத்தான்" மொழியில் தமிழில் நாம் நிரலாக்கம் செய்யலாம். மேலும் "கித்தப்" தளத்தில் மென்பொருள்களுக்கான பல்வேறு மூல நிரல்களைப் பெறவும் மாற்றவும், மேம்படுத்தவும், உருவாக்கவும் இயலும்.

### வரைகலை வடிவமைப்பு:

கணினி வரைகலை வடிவமைப்பில் போட்டோசாப், கோரல் டிரா, இன்டிசைன் போன்ற மென்பொருள்கள் அதிகமாகப் பயன்படுத்தப்படுகின்றன. இவற்றைத் தமிழாசிரியர்கள் கற்றுக்கொண்டால் தமிழ் சார்ந்து பல்வேறு புதிய படங்களை எளிதில் உருவாக்கவும் தமிழ் சார்ந்த கருத்துகளை பரவலாக்கம் செய்யவும் இயலும் ஆயிரம் வார்த்தைகளால் சொல்ல இயலாத செய்திகளையும் ஒரு படத்தின் வழியாகச் சொல்லிவிடமுடியும்.

**தமிழாசிரியர்களுக்கான சிக்கல்களும் தீர்வுகளும்:**

இயல், இசை, நாடகம் எனத் தமிழ் மூன்று மட்டுமல்ல அறிவியல் தமிழுடன் சேர்ந்து தமிழ் நான்கு என்பதைத் தமிழாசிரியர்கள் உணரேவேண்டும். • வலைப்பதிவு, வலையொளி, மின்னூல்களை உருவாக்குவது மிக எளிது ஆனால் தரமான பதிவுகளை மக்களைக் கவரும் வகையில் தொடர்ந்து வழங்குவது அரிது.

விக்கிப்பீடியாவில் உருவாக்கும் கட்டுரைகளை மொழிநடை, கொள்கை என பலரும் மாற்றுவதால் அதில் எழுதுவதற்குத் தயக்கம்,• காப்புரிமை, அறிவு சார்ந்த சொத்துரிமை குறித்த விழிப்புணர்வின்மையால் சமூகத்தளங்களில் பதிவிடுவதில் அச்சம்.

மின் உள்ளடக்கங்களை உருவாக்குவதால் கூகுள் ஆட்சென்சு வழியாக வருமானம் பெறலாம் என்றும் மின்னூல் உருவாக்கி கிண்டில் தளத்தில் வெளியிடுவதால் அதன் வழி வருமானம் பெறலாம் என்பதும் பலருக்குத் தெரிவதில்லை.

•குறுஞ்செயலி, அகராதி, தொடரடைவுகளை உருவாக்க கணினி நிரலாக்கம் தெரிந்திருக்கவேண்டும் என்பது அடிப்படைதான் இருந்தாலும் தமிழாசிரியர்கள் முயன்றால் நிரலாக்கத்தைக் கற்றுக்கொள்ளலாம்.• வரைகலை வடிவமைப்பு மென்பொருள்கள் அதிகமான பணம் கொடுத்து வாங்கவேண்டும் என்ற தயக்கம். இம்மென்பொருள்களுக்கு இணையான கட்டற்ற மென்பொருள்கள் உள்ளன என்பது பற்றி பலர் அறிவதில்லை.

இவ்வாறு தமிழாசிரியர்கள் மின் உள்ளடக்கங்களை உருவாக்குவதில் பல சிக்கல்கள் உள்ளன. இச்சிக்கல்களுக்கெல்லாம் தீர்வுகள் உள்ளன.

கணினித் தொழில்நுட்பங்களில் நிலுறய அனுபவமுடையவர்களுக்கும் சந்தேகங்கள் ஏற்படும். ஆனால் அதற்காக அந்த நுட்பங்களை பாதியில் விட்டுவிடுவது தவறு. அந்த சந்தேகங்களை வலையொளி, வலைப்பதிவுகளில் தேடிப் பதில்களைப் பெறலாம்.

வலைப்பதிவு, வலையொளிப் பக்கங்களை எளிதில் தொடங்கினாலும் தொடர்ந்து வழங்குவது சவாலான பணிதான்.

வலைப்பதிவுகளில் வெளியிடும் பதிவுகளுக்கேற்ற படங்களை வரைகலை மென்பொருள்களில் நாமே வடிவமைக்கலாம். கவரக்கூடிய தலைப்பு, தொடர்புடைய படங்களை வழங்குவதால் பார்வையாளர்களை எளிதில் கவரமுடியும். வலையொளிப் பக்கங்களுக்கு காணொலி திருத்த மென்பொருள்களை நன்கு பயன்படுத்தி சோர்வில்லாமல் பார்வையாளர்கள் விரும்புமாறு காணொலிகளை வழங்கலாம். மேலும் இவை போன்ற மின் உள்ளடக்கங்களை நேரம் கிடைக்கும்போது முன் திட்டமிட்டு உருவாக்கி நாள்தோறும் தொடர்ந்து வெளியிடலாம். வலைப்பதிவுகளில் முன் திட்டமிட்டுப் பதிவுகளை வரைவுகளாகச் சேமித்து குறிப்பிட்ட நாள், நேரத்தில் தானாக பதிவு வெளியிடுமாறு கட்டமைக்கலாம். மாணவர்களை குழுவலைப்பதிவில் எழுத நெறிப்படுத்தலாம்.

விக்கிப்பீடியாவில் மொழி நடை, கொள்கை என பலரும் திருத்துவதாக உணர்ந்தால் அதன் காரணத்தையும் அந்த மொழிநடையையும் கற்றுக்கொள்ளலாம். மேலும் தயக்கம் இருந்தால் அதன் பிற திட்டங்களில் பங்காற்றலாம்.

எண்ணென்ப ஏனை எழுத்தென்ப இவ்விரண்டும்<br>
கண்என்ப வாழும் உயிர்க்கு – குறள் எண்:392

என்ற வள்ளுவரின் சிந்தனைகளை நன்கு உணர்ந்து. எண், எழுத்து என்னும் இரண்டும் கலந்த நிரலாக்க நுட்பங்களையும் தமிழாசிரியர்கள் இலக்கணம் கற்பதுபோல கற்றுக்கொண்டால் பயனுள்ள பல மென்பொருள்களைத் தமிழ் மொழிக்கேற்ப உருவாக்கமுடியும்.

### முடிவுரை:

தமிழாசிரியர்கள் அறிந்துகொள்ள வேண்டிய கணினி நுட்பங்கள், பயன்படுத்தவேண்டிய கணினி நுட்பங்கள், உருவாக்கவேண்டிய கணினி நுட்பங்கள் என மூன்று நுட்பங்கள் வகைப்படுத்தப்பட்டுள்ளன.

வலைப்பதிவு, மின்னூல், விக்கிப்பீடியா, வலையொளி, தொடரடைவு, அகராதி, குறுஞ்செயலிகள், கணினி நிரலாக்கம் என இக்கட்டுரையில் குறிப்பிட்ட அனைத்து நுட்பங்களையும் தமிழாசிரியர்கள் அறிந்துகொள்வதும் பயன்படுத்துவதும் எளிது. ஆனால் உருவாக்குவது அரிது. இவை யாவற்றையும் முழுமையாக அறிந்துகொள்வது அவரவர் ஆர்வம் சார்ந்தது என்பதால் இவற்றுள் ஏதாவது ஒரு சில நுட்பங்களை ஆழமாக, முழுமையாகக் கற்று பிற நுட்பங்களின் அடிப்படைகளை அறிந்துகொள்வது எளிது.

கணினித் தமிழ் வளர்ச்சியில், கணினி நுட்பங்களை அறிந்தவர்கள் தமிழ் கற்பது மட்டும் போதாது, தமிழ் படித்தவர்கள் கணினி நுட்பங்களைக் கற்பதும் காலத்தின் தேவையாகும். தமிழாசிரியர்கள் கணினி நுட்பங்களைக் கற்று மின் உள்ளடக்கங்களை உருவாக்கினால் இணைய வளங்களில் நம்பகமான செய்திகளையும், நயமான செய்திகளையும் பெறமுடியும். மேலும் கணினி நுட்பங்களைக் கற்ற தமிழாசிரியர்கள் மாணவர்களை நெறிப்படுத்துவதன் வழியாகத் தமிழ் மின் உள்ளடக்கங்கள் மேலும் நிறைவாகக் கிடைக்கும். இவ்வாறு உருவாக்கப்படும் மின் உள்ளடக்கங்களை படைப்பாக்க உரிமத்துடன் பகிர்ந்தால் மேலும் செயற்கை நுண்ணறிவு சார்ந்த பல்வேறு மென்பொருள்களை உருவாக்குவதற்கான தரவுகளாக அவை பயன்படும். தமிழாசிரியர்கள் கணினி நிரலாக்கங்களைக் கற்றுக்கொள்வதால் தமிழ் மொழிக்கேற்ற மேலும் பயனுள்ள மென்பொருள்களை உருவாக்கமுடியும். தமிழாசிரியர்கள் தாம் கற்ற கணினி நுட்பங்கள் வழியாக மாணவர்களை நெறிப்படுத்தினால் தேமதுரத் தமிழோசை உலகமெலாம் பரவும்.

**References:**

1. https://www.blogger.com/,
2. https://www.tumblr.com,
3. http://www.typepad.com/,
4. http://www.livejournal.com/,
5. http://www.blogr.com/ http://xanga.com/
6. https://kdp.amazon.com/en_US/help/topic/G202124400
7. https://ta.wikipedia.org/,
8. https://ta.wiktionary.org/,
9. https://ta.wikiquote.org/,
10. https://commons.wikimedia.org/,
11. https://ta.wikisource.org/
12. https://www.youtube.com/
13. https://mydictionary.in/
14. https://developer.android.com/studio,
15. https://www.python.org/downloads/
16. https://github.com/

# இணையக் கல்விக்கான மென்பொருட்கள்

திருமதி சுகந்தி நாடார்

நிறுவனர் தமிழ் அநிதம் அமெரிக்கா

**ஆய்வுச்சுருக்கம்:**

இன்றைய தமிழ் ஆசிரியர்கள், சொற்செயலிகள், வரைதாள்கள், நழுவல் காட்சிகள் ஆகியவற்றைத் தங்கள் வகுப்புகளில் சர்வசாதாரணமாகப் பயன்படுத்தி வருகின்றனர். இம்மூன்று தொழில்நுட்பங்களையும் தவிர மற்ற தொழில்நுட்பங்களைத் தேடி சென்று வினா விடைகள், விளையாட்டுக்கள் போன்றவற்றைத் தயாரிப்பது என்பது பற்றி இவர்கள் அதிகம் யோசிப்பதில்லை. பெருந்தொற்றுக்குப்பின் கல்வியியலில் தொழில்நுட்பத்தின் தாக்கம் மிகவும் குறைந்து விட்டது என்றாலும், கல்வியாளர்களுக்கு இணையக் கல்வி தொழில்நுட்பங்கள் பற்றிய விழிப்புணர்வின்மையாலும், இணையப் பாடங்களில் பயன்படுத்த வேண்டிய பல ஊடகங்களைத் தயாரிப்பதில் அவர்களுக்கு இருக்கும் சிரமங்களாலும் பாரம்பரிய முறைக் கல்வியே பெரும்பாலும் பயன்பாட்டில் இருக்கின்றது. கல்வி நிருவாகங்கள் பல மென்பொருட்களுக்கும், அதனை நடத்தத் தேவையான கணினி சோதனைக் கூடங்களுக்கும் தேவையான செலவைச் செய்யத் தயங்குவதும் கூட இதற்கு ஒரு காரணம்.

இணையக் கல்வித் தொழில்நுட்பங்களை கல்வியாளர்கள் அடிக்கடி வகுப்புக்களில் பயன்படுத்தாவிட்டாலும், மாணவர்களுக்கு இத் தொழில்நுட்பங்களை அறிமுகம் செய்தும் பழக்கப்படுத்தியும் விடுதல் மாணவர்களின் எதிர்காலப் பணிச்சூழலுக்கு இன்றியமையாததாக அமைகின்றது. எனவே இக்கட்டுரை இன்று கல்விச்சந்தையிலுள்ள சில முக்கியமான இணையக் கல்வித் தொழில்நுட்பங்களை ஆசிரியர்களுக்கு அறிமுகப்படுத்துகின்றது.

**Key words:** PowerPoint, Google slides, Libre Impress, H5P, Moodle, Chamilo LMS, Inknoe classpoint Isping,Lumi education, Articulate 365, Adobe captivate, Open eLearning, WordPress

**முன்னுரை:**

இன்றைய வகுப்பின் கரும்பலகையாகக் கணினியியல் பயன்படுத்தும் ஒரு தொழில்நுட்பம் நழுவல் காட்சித் தொழில்நுட்பம். மைக்ரோசாப்ட் நழுவல் காட்சி, கூகுள் நழுவல் காட்சி, லிப்ரே ஆஃபீஸ் இம்ப்ரெஸ், ஆகிய தொழில்நுட்களின் மேம்படுத்தல்கள் தான், இணையப்பாடங்களுக்கு ஏதுவாக விளையாட்டுக்கள், வினா விடைகள் நொடிநேரவினாடி வினா விளையாட்டுக்கள், திருப்பு அட்டை விளையாட்டுக்கள் தயாரிப்பதில் முன்னெனியில் உள்ளன. ஒரு ஆசிரியர் பயிற்றுவித்தலுக்காக இத் தொழில்நுட்பங்களைப் பயன் படுத்தி, நிரல்கள் வழியாகத் தங்களின் தனிப்பட்ட தேவைகளைப் பூர்த்திச் செய்து கொள்ள இந்த மேம்படுத்தப்பட்ட நழுவல் காட்சித் தொழில்நுட்பங்கள், பலதரப்பட்ட வகையில் உதவுகின்றன. அதிக அளவு நிரலர் மொழி அனுபவம் பெறாவிட்டாலும், ஒரு ஆசிரியரால், மாணவர்களை ஈர்க்கும் வண்ணம் மாணவர்களின் சுயக் கற்றலையும், மதிப்பீட்டு முறைமைகளையும் வளம் பெற செய்ய இயலும். கல்வி நிலையங்கள் தவிர, பணிசார் திறமை மேம்பாட்டுப் பயிற்சிகளுக்கும் இத் தொழில்நுட்பங்கள் உதவுகின்றன. மேலும் இவை மூடுல் Chamilo LMS போன்ற கல்வி மேலாண்மை செயல்திட்டங்களிலும் பயன் படுத்தப்படுகின்றன, தனியாக இணையத் தளங்களில் இணைக்கப்படும் என்ற இணையப்பக்கங்களாகவும் இவை சேமிக்கப்படுகின்றன.

இன்று பல மென்பொருட்களின் பணிகளில் செயற்கை அறிவுத் திறனும் ஒரு பெரிய பங்கை வகிக்கின்றது. இத்தொழில்நுட்பங்களைப் பழகிப் பார்ப்பது, செயற்கை அறிவுத் திறனிலும் ஒரு பயிற்சியை மாணவர்களுக்கும் ஆசிரியர்களுக்கும் கொடுக்கும்.

இத்தொழில்நுட்பங்களைப் பற்றி ஆழமாகக் கணினிப் பயிற்றுனர்களும் கணினித் துறை ஆசிரியர்களும் தங்கள் மாணவர்களோடு சோதனைக் கூடத்தில் சோதனைகள் செய்ய வேண்டும். இணைய நிரல் மொழியான ஜாவாஸ்க்ரிப்ட், நழுவல் மென் பொருட்களை அவை கல்விக்கென பயிலும் வகையில் மாற்றியமைக்க உதவுகின்றன. எனவே இணைய நிரல்மொழிகளைப் பயன்படுத்திப் புதுமையான வகையில் அன்றாடப் பயன்பாட்டில் இருக்கும் நழுவல் காட்சி மென் பொருளை மாற்றி அமைக்கவோ அல்லது, தங்கள் வகுப்பறையின் தேவைகளை நிரல்களாக மாற்றப் பயிற்சி பெறவும் கீழ் வரும் மென்பொருட்களை நிரலர்களாக ஆராய்ந்து பார்ப்பது உதவியாக இருக்கும். மாணவர்களுக்குக் கணினித் துறையில் சிறந்த அனுபவத்தையும் தமிழ்க் கணிமைக்கான ஈடு பாட்டையும் இப்பயிற்சி முறைகள் வளர்க்கும்.

கொடுக்கப்பட்டுள்ள சில மென்பொருட்கள் அனைவருமே அறிந்தவை என்றாலும், விலைக் காரணமாகப் பயன்படுத்துவதில் ஒரு தயக்கம் இருக்கலாம். விலை கொடுத்து வாங்க வேண்டிய மென்பொருட்களை ஒரு மாத காலத்திற்கு இலவசமாகத் தரமிறக்கிப் பரிசோதித்துப் பார்க்கலாம். பயனாளர்களின் தேவையைக் கருதி கீழ் வரும் மென்பொருட்களின் பெயர்கள் ஆங்கிலத்திலேயே எழுதப்பட்டுள்ளன.

### PowerPoint:

மைக்ரோசாப்ட் நிறுவனத்தின் Office 365 என்ற மென்பொருள் தொகுதியில் மூன்றாவது இடத்தைப் பெற்றுள்ள நழுவல் காட்சிகளுக்கான மென்பொருள் இது. இன்றளவும் பல ஆசிரியர்களால் வகுப்பிலும் இணையக் கருத்தரங்குகளிலும் இம் மென்பொருள் பயன்படுத்தப்படுகின்றது. செய்திகளைச் சுருங்கச்சொல்லி விளங்க வைக்கும் ஒரு சாதனமாக இது விளங்குகின்றது. இந்த மென்பொருளிலிருந்து, படங்கள் காணோலிகள், இணையப்பக்கங்கள் எனப் பலவித ஆவணங்களை உருவாக்க இயலும். ஒரு ஆசிரியர் தன் கணினித் திரையைப் பதிவு செய்து காணோளிகளாக இட இம்மென் பொருள் உதவி செய்கின்றது அதனால் இந்த மென்பொருளிலேயே வினாவிடை, தெரிவு வினாக்கள், சிறுசிறு விளையாட்டுகள் ஆகியவற்றைச் சுட்டிகளாகவும், நழுவல் வில்லைகளை இணைத்தல் மூலமாகவும், action, trigger ஆகிய செயல்கள் மூலமாகவும் செய்யலாம் Visual Basic for Application என்ற நிரல் மொழி மூலமாகக் கணினி நிரலர்த்துறை மாணவர்கள் இம் மென்பொருளைத் தங்கள் வசதிக்கேற்ப மாற்றிக் கொள்ள இயலும்.

இப்போது வந்துள்ள Inknoe classpoint என்ற செயற்கை அறிவுத் தொழில்நுட்பம் ஒரு செருகியாகப் பயன் பட்டு வினாடி வினாக்களை எளிதாக இணைக்க உதவுகின்றது.

இங்கிலாந்தில் உருவாக்கப்பட்ட இத் தொழில்நுட்பம் இலவசமாகவும் சந்தா முறையிலும் கிடைக்கின்றது. இதைத் தரமிறக்கி நிறுவி விட்டால் அது தானாக மைக்ரோசாப்ட் நழுவல் காட்சிகளுடன் இணைந்து கொள்கின்றது. இவ்வசதியைப் பயன்படுத்தும் முன், பயனர் தங்களைப் பதிவு செய்ய வேண்டியிருக்கின்றது. இதன் பின் இலவசமாகப் பல வசதிகளும், சந்தாதாரர்களுக்குப் பல கூடுதல் வசதிகளும் கொடுக்கப்படுகின்றது. இதில் கிடைக்கும் வசதிகள் சிலவற்றைப் படத்தில் காணலாம்.

**Google Slide:**

கூகுள் ஆவணத் தொகுப்பில் கிடைக்கும் மென்பொருள் இது. பொதுவாகக் கூகுளின் மென்பொருட்களில் அதிகப்படையான வேலைகளைச் செய்யச் செருகிகள் பயன் படுத்தப்படுவதுண்டு. இன்றைய நிலையில் நழுவல் காட்சிகளுக்கான விளையாட்டுக்களுக்காக இரு செருகிகள் இருந்தாலும் அவை வேலை செய்யவில்லை. கூகுள் படிவங்களை, ஒரு சுட்டியாக நகல் எடுத்துத், தேவையானால் அதை நழுவல் காட்சி வில்லைக்குள் இணைத்துக் கொள்ளலாம். பயனர்கள் பலர் கூகுள் படிவங்களையே நேரடியாகப் பயன்படுத்தித் தான் பழகி இருக்கின்றனர்.

Apps script என்ற வசதியைப் பயன் படுத்தி, கணினித் துறை மாணவர்கள் கூகுள் நழுவல் காட்சித் தொழில்நுட்பத்தை மாற்றியமைக்கலாம். கூகுளின் இந்த வசதி கணினித் துறை இல்லாதோர் நிரல்களைப் பற்றி அறிந்து கொள்ளவும் பயிற்சி பெறவும் உதவியாக அமைகின்றது.மென்பொருட்களில் அதிகப்படையான வேலைகளைச் செய்ய செருகிகள் பயன் படுத்தப்படுவதுண்டு. இன்றைய நிலையில் நழுவல் காட்சிகளுக்கான விளையாட்டுக்களுக்காக இரு செருகிகள் இருந்தாலும் அவை வேலை செய்ய வில்லை. கூகுள் படிவங்களை, ஒரு சுட்டியாக நகல் எடுத்துத் தேவையானால் அதை நழுவல் காட்சி வில்லைக்குள் இணைத்துக் கொள்ளலாம். பயனர்கள் பலர் கூகுள் படிவங்களையே தனியாகப் பயன்படுத்தித் தான் பழகி இருக்கின்றனர்.

**Libre office Impress:**

திறவூற்று மென் பொருளாகக் கிடைக்கும் இந்நழுவல் காட்சி மென்பொருள் மிக அடிப்படையானது. அதனால் எல்லா நழுவல் காட்சி மென்பொருட்களைப் போலச் சுட்டிகளை இணைத்து விளையாட்டுகளை உருவாக்கலாம். ஆனால் ஒரு நிரலராக மிக எளிதாக ஏற்ற முறையில் தேவையான வினா விடைகள் கேள்விகள், விளையாட்டுகள் ஆகியவற்றைச் சிறப்பாகச் செய்ய முடியும் இதன் தனி மதிப்பு. மேலே சொன்ன மூன்று நழுவல் காட்சி மென் பொருட்களிலும் இவ்வாறு செய்ய இயலும் என்றாலும், LibreOffice மென் பொருளில் இந்த வழியில் மாத்திரமே நழுவல் காட்சிகளை இவ்வாறு உருவாக்க இயலும். LibreOffice Basic, BeanShell, JavaScript, Python ஆகிய நிரல் மொழிகளின் உதவியோடு தக்க மாற்றங்களைச் செய்து இத் தொழில்நுட்பத்தைத் ஒரு தனித்துவமானதாக மாற்றலாம்.

அடுத்துச் சொல்லப் போகும் ஒவ்வோரு மென்பொருளுமே, கல்வியின் ஒவ்வோரு வழிமுறையையும் இணையக் கல்வியியல் ஆசிரியர்கள் தங்கள் வகுப்பில், எளிதாகப் பயன்படுத்த கூடிய தொழில்நுட்பங்களே ஆகும். இவை இணையத் தொழில்நுட்பங்களாக, இணையத்திற்கென உருவானவை என்பதால், இவை இணைய நிரல்களான C#, JavaScript, Python ஆகியவற்றை அடிப்படையாகக் கொண்டு உருவாக்கப்படுகின்றன.

ஒரு நழுவல் காட்சி மென்பொருளில் நேர இடைவெளியில் அங்கங்களின் செயலில் ஏற்படும் மாற்றம், இடைமுகத்திலிருந்து ஆசிரியர்கள் எளிதாக இடக் கூடிய சிறு சிறு நிரல்கள் அடங்கிய செயல்பாடுகள்,மேசைக் கணினி வழியாகவும், திறன் பேசி வழியாகவும் பயிலக் கூடிய வசதிகள், கொளுவுக் கணிமை, உருவாக்கிய பாடத்திட்டத்தைக் குறுஞ்செயலிகளாக

உருவாக்குதல் எனப் பல்வகைத் திறன்களை உள்ளடக்கியத் தொழில்நுட்பங்களாக இவை உள்ளன.

இணைய வழியாகக் கொடுக்கப்படும் கல்விக்கு எந்த விதத்திலும் தடைகள் வரக் கூடாது என்பதற்காக SCROM, TINCAN போன்ற கணினி விதிமுறைகளின் படி நிரல்கள் எழுதப்பட்டுள்ளன. வணிக ரீதியாகத் தயாரிக்கப்பட்ட இணையக் கல்விக்கான மென்பொருளானாலும் திறவூற்றுத் தொழில்நுட்பம் சார்ந்த மென்பொருளானாலும் அவை அனைத்தும் இவ்விதிமுறைகளைப் பின்பற்றியே நிரல்கள் எழுதப்பட்டு இருக்க வேண்டும் அப்போது தான் அவை அனைத்துக் கணினி இயந்திரங்களிலும் சரியாக வேலை செய்யும்.

திறன்பேசிகளின் வரவாலும் ஒவ்வோரு தனி மாணவரின் கற்றல் கற்பித்தல் புள்ளி விவரங்களைச் சரியாகக் காட்டி, கற்றல் கற்பித்தலையும் மதிப்பீடுகளையும் மேம் படுத்த இந்நிரலாக்க முறைப் பயன்படுத்தப் படுகின்றது. இணையம் வழிக் கல்வியை அடையும் மாணவர்களின் எண்ணிக்கைக்கு ஏற்றார் போல மாற்றியமைக்கும் வசதிகளைக் கல்வியாளர்களுக்கு இந்த நிரலாக்க முறைகள் கொடுக்கின்றன. ஒரு மாணவர் எந்தெந்த வழிகளை விரும்பிப் படிக்கின்றார், எத்தகைய வழிமுறை அவருக்குச் சிறப்பான முறையில் கல்வியைப் புகட்டி அவரின் அனுபவ அறிவைப் பெருக்குகின்றது போன்றத் சேகரிக்கும் வசதிகளை இந்நிரலாக்க முறைகள் கொடுக்கின்றன.

### H5P :

இணையத்திற்காக உருவாக்கப்படும் ஒவ்வோரு விளையாட்டுகளும் ஊடாட்டங்கள் வினா விடைகள் நொடி வினாடி விடைகள் திருப்பு அட்டைகள் குறுக்கெழுத்து, நினைவு கூர்தல், காணொலிக்குள் புதைந்த கேள்விகள், ஓசைப் பொருத்தம் எனப் பலவகையான கேள்விகளை உள்ளடக்கி நழுவல் காட்சிகளைச் செயலிகளாக்கி வெளியிட இத்தொழில்நுட்பம் உதவுகின்றது.

Lumi Education என்பது H5Pஐ இன்னும் எளிமையாக மாற்றிக் கொடுக்கக் கூடிய ஒரு திறவூற்று தொழில்நுட்பம். இது ஒரு கொளவுக் கணிமை மென்பொருளாகவும், தனியாக மேசைக்கணினியில் நிறுவும் படியும் இரு விதமாகக் கிடைக்கின்றது. இதை இலவசமாகத் தரமிறக்கி ஆசிரியர்கள் பயன்படுத்திப் பார்க்கலாம். ஆங்கில எழுத்துகளே சரியாகக் காட்டப்படுவதால் தமிழ் எழுத்துக்களைக் கொண்டு விளையாட்டுகள் அமைப்பது கடினமாக உள்ளது.

### Isping:

இது முதன் முதலில் ஆசிரியர்களுக்காக உருவாக்கப்பட்டு பல ஆசிரியர்களால் இன்றும் பிரபலமாகப் பயன்படுத்தப் பட்டு வரும் ஒரு தொழில்நுட்பமாகும். ஏற்கனவே தயாரித்து இருக்கும் நழுவல் காட்சிகளைத் தழுவியும் அல்லது அவற்றிலேயே கல்விக்கான மற்ற அங்கங்களைச் சேர்க்கும் வசதியுள்ளது. ஆசிரியர்கள் பயன் படுத்தும் நழுவல் காட்சி மென்பொருளின் ஒரு அங்கமாக இம்மென்பொருள் செயலாற்றுவதாலும் குறைந்த விலையினாலும் , பல ஆசிரியர்கள் இதைப் பயன்படுத்துகின்றனர்.

### Adobe Captivate:

அடோபி நிறுவனத்தினால் உருவாக்கப்பட்ட ஒரு தொழில்நுட்பம் இது. இதில் பல்வேறு விளையாட்டுகளை எளிதில் செய்யலாம். இதில் ஒரே தயாரிப்பை மேசைக்கணினிக்கென தனியாகவும் திறன் பேசிகளுக்கெனவும் பயன்படுத்தித் தனித்தனி ஆவணமாகச் சேமித்துக் கொள்ளலாம். மற்ற இணையக் கல்வித் தொழில்நுட்பங்கள் கொடுக்கும் வசதிகளைப் போல பல வித வினாவிடைகளைத் தயாரிக்க முடிந்தாலும், மென்பொருட்களின் பயிற்சி, கிளை விடும் கேள்விகள்,புதிர்கள் சிறுசிறு அசைவூடகங்கள் தயாரிக்கவும் இது உதவுகின்றது. புதிர்கள், பிரத்யேகமான விளையாட்டுகள் ஆகியவற்றைத் தயாரிக்கவும் இம்மென்பொருள் பயன்படுகின்றது.

### Articulate 360:

Adobe Captivate போல ஒரு வியாபார நோக்கத்தோடு நிறுவனங்களில் தொழிற்பயிற்சிக்காகப் பயன் படுத்துப்படுகின்றது. இது Adobe Captivateக்கு ஒரு போட்டியாகவும் உள்ளது. விலை மிக அதிகம் என்பதோடு இத் தொழில்நுட்பத்தின் கொளவுக் கணிமைத் தேவையையும் பயனாளர் கண்டிப்பாகப் பயன்படுத்தும் நிலை இருப்பதாகலும் கொளவுக் கணிமை சேவை மூலமாகவே மதிப்பீட்டுக்களை நடத்த முடியும் என்பதாலும் தொழில் நிறுவனங்கள் இத் தொழில்நுட்பத்தைத் தங்களின் தொழிலாக்கப்பயிற்சிக்காக பயன்படுத்துகின்றனர்.

### Open eLearning:

திறவூற்று தொழில்நுட்பமான இதனை இலவசமாக தரவிறக்கிக் கொள்ளலாம். அடிப்படைக் கேள்விகள் அனைத்தையும் இதில் உருவாக்க இயலும் பல விளையாட்டுகள் ஆங்கில மொழி சார்ந்ததாக இருப்பதால், விளையாட்டுப் பகுதிகளில் தமிழ் சரியாக வேலை செய்ய வில்லை. அதிகப்படி செருகிகள் கொண்டும் இன்னும் விளையாட்டுக்களை பயனர்கள் உருவாக்கலாம்.நிரலர் மொழி அறிந்துவர்களுக்கு இம்மென்பொருள் ஒரு விளையாட்டுச் சாதனமாகவே அமையும். ஆசிரியர்கள் நிரலர்கள் அதிகம் பங்கு கொண்டால் இம்மென்பொருளிலும் இன்னும் பல மாற்றங்களைப் பார்க்கலாம். மூடல் கற்றல் மேலாண்மைத் திட்டத்தைப் பயன் படுத்தும் பலரும் இத்தொழில்நுட்பத்தைப் தற்போது பயன்படுத்துகின்றனர்.

### WordPress:

இது அனைவருக்கும் தெரிந்த ஒரு இணைய மென்பொருளாகும். இணைய வசதியைத் தாங்களே அமைத்துக் கொள்ள இயன்றவர்கள் WordPress என்ற மென் பொருளையும், அவ்வாறு சுய தளத்தை நிறுவ இயலாதவர்களும் அதற்கான நேரம் ஒதுக்க இயலாதவர்களும் WordPress.com என்ற சேவை மூலம் சந்தா செலுத்தியும் தங்கள் தளத்தை நிறுவிக் கொள்ளலாம். வணிகத் தளங்களுக்கு ஏற்ற ஒரு இணைய மென்பொருள் என்பதால் இணையக் கல்விக்காகவும் இதைப் பயன் படுத்தலாம். கல்விக்கானச் செருகிகள் ஏராளம்.

பொதுவாக பல செருகிகள் தளத்தின் அடிப்படை சேவைகளை இலவசமாகத் தந்தாலும் இணைய வகுப்புகளை விற்கும் போது அதற்கு சந்தா செலுத்தி தேவையான செருகிகளைப் பயன் படுத்திக் கொள்ளலாம்.

### மென் பொருட்களின் ஒப்புமைப் பட்டியல்:

| பெயர் | வணிக உரிமை | விலை(அ.டா) | கற்றல் தன்மை | சிறப்பம்சங்கள் |
|---|---|---|---|---|
| PowerPoint | வியாபாரம் | $$ | மிக எளிது | செயற்கை அறிவுத் திறனோடு இணைந்து செயலாற்றுகின்றது |
| Google Slide | வியாபாரம் | $$ | நேரம் செலவளித்துக் கற்க வேண்டும். | கூகுள் சேவைகளுடன் |
| Libre office Impress | திறவூற்று | இலவசம் | நிரல்கள் கொண்டு தான் இணையக் கல்வி இடை முகங்களை செய்ய வேண்டும் | கணினி நிரலர்களுக்கு ஒரு சிறந்த சோதனைக்கூடம் |
| H5P | திறவூற்று | இலவசம் | எளிது | அனைத்து வகை விளையாட்டுகளும் கிடைக்கும் |
| Isping | வியாபாரம் | $$ | எளிது | இருக்கும் நழுவல் காட்சிகளிலேயே கல்விக்கான இடைமுகங்களை இணைத்துக் கொள்ளலாம் |
| Adobe Captivate | வியாபாரம் | $$$ | அனுபவப்பட்ட சிலரால் விரைவாக செயல் படுத்தி முடியும். முன்கூட்டியேத் திட்டமிடல் வேண்டும் | விற்பனர்களாகக் காட்டிக் கொள்ள இயலும் |
| Articulate 360 | வியாபாரம் | $$$ | " | தொழிற்கல்விக்கு உகந்தது |
| Open eLearning | திறவூற்று | இலவசம் | | கணினி நிரலர்களுக்கானது |
| | | அடிப்படை விளையாட்டுக்களை எளிதாக செய்யலாம் | | |
| WordPress | | | | |
| திறவூற்று | $ | தரவுகள் பற்றிய சிறிது தெரிந்திருத்தல் அவசியம் | பிரத்தியேகத் தொழில்நுட்பமாக மாற்றல் | |

### முடிவுரை:

கட்டுரையில் ஒவ்வோருத் தொழில்நுட்பத்தைப்பற்றியும் ஒரு சிறு அறிமுகமேக் கொடுக்கப்பட்டுள்ளது, இணைய ஆசான் தளம் வழியாக தமிழ் அநிதம் நிறுவனம் இதற்கானக் கணினிப் பயிற்சியைத் தமிழ் ஆசிரியர்களுக்கு அளிக்கத் தயாராக இருக்கின்றது. உலகில்

உள்ளக் கல்வியாளர்களுக்கெல்லாம் கிடைக்கும் தொழில்நுட்பங்களின் சில மென்பொருட்களே இக்கட்டுரையில் கொடுக்கப்பட்டுள்ளது. அந்த அடிப்படையில் ஒவ்வோரு கணினித் துறை மாணவர்களும் மொழித் துறை மொழியியல் துறை மாணவர்களுடன் இணைந்து ஒரு சோதனைச்செயல் திட்டமாகத் தங்கள் கல்வி நிலையத்திற்குத் தேவையான மென்பொருட்களை உருவாக்க உற்சாகம் கொள்ள வேண்டும். கல்வி நிறுவனங்களும் இதை எதிர்பார்க்க வேண்டும்.மாணவர்களின் பொருளாதார நிலைமை கற்றல் பாங்கு, மூளைத் திறன், பாட வளங்கள் ஆகிய ஒவ்வோன்றின் அடிப்படையிலும் ஒரு மென்பொருளை உருவாக்கும் ஒரு உந்து சக்தியாக ஆசிரியர்கள் இருக்க வேண்டும் . இன்று கல்விச் சந்தையில் முன்னணியில் இருக்கும் இணையத் தொழில்நுட்பங்களை ஒரு மாதிரியாகக் கொண்டு, திறவூற்று மென்பொருட்களை மேம் படுத்தி கல்விக்கென ஒரு பிரத்யேகமான தொழில்நுட்பங்கள் உருவாகி இன்றைய கல்வித் தொழில்நுட்பத் தேவைகளைப் பூர்த்தி செய்து நாளைய செயற்கை அறிவுத் திற இயந்திரங்களை வேலை வாங்கும் ஒரு இள சமுதாயம் உருவாக வேண்டும்.

### ஆதார வளங்கள்:

1. https://www.office.com/
2. https://www.classpoint.io/
3. https://www.google.com/slides/about/
4. https://www.libreoffice.org/discover/impress/
5. https://h5p.org/
6. https://app.lumi.education/
7. https://www.ispringsolutions.com/
8. https://www.adobe.com/products/captivate/features.html
9. https://articulate.com/360
10. https://www.openelearning.org/
11. https://wordpress.org/
12. https://wordpress.com/